'விண்வெளி ஆராய்ச்சித் துறையில் பல பாய்ச்சல்களை நிகழ்த்தி இன்று விண்வெளி ஆராய்ச்சியில் வல்லரசு நாடுகளுடன் போட்டியிடும் வல்லமைமிக்க நிறுவனமாக வளர்ந்து வருகிறது இந்திய விண்வெளி ஆராய்ச்சி நிறுவனமான இஸ்ரோ. உழைப்பு, எதிர்பார்ப்பு, ஏக்கம், ஏமாற்றம், துரோகம், சூழ்ச்சி, அழுகை ஆகியவற்றையும் அவற்றில் பின்னால் உள்ள அரசியல் காரணிகளுக்கும் இந்நூலில் முக்கிய இடம் அளிக்கப்பட்டுள்ளது. 'இஸ்ரோவின் கதை', கவனிக்கப்பட வேண்டிய புத்தகங்களில் ஒன்று.'

- இந்து தமிழ் திசை

●

'இந்திய விண்வெளி ஆராய்ச்சித் துறையின் இன்னொரு பக்கத்தை வாசகர்களுக்கு புரியவைக்கும் நூல். அறிவியல் சார்ந்த புத்தகங்களை வாசிக்கும் போது சற்று சலிப்பு ஏற்படலாம், ஆனால் அந்த எண்ணத்தை உடைத்து, சாமானிய வாசகனுக்கும் புரியும் வகையில் அசுரப் பாய்ச்சலான எழுத்து நடையில் புத்தகம் அமைந்துள்ளது. இஸ்ரோவின் கதை, நிகழாண்டில் வெளியாகி இருக்கும் முக்கிய நூல்களில் ஒன்று.'

- தினமணி

●

'விறுவிறுப்பான நடையில் உள்ள கதை, மாணவர்களுக்கு பரிசளிக்க உகந்த நூல்.'

- தினமலர்

இஸ்ரோவின் கதை

வியப்பூட்டும் விண்வெளிப் பாய்ச்சல்

ஹரிஹரசுதன் தங்கவேலு

இஸ்ரோவின் கதை
ISROvin Kathai

Hariharasuthan Thangavelu ©

First Edition: January 2021
168 Pages
Printed in India.

ISBN: 978-81-948653-9-1
Kizhakku - 1218

Kizhakku Pathippagam

177/103, First Floor, Ambal's Building, Lloyds Road,
Royapettah, Chennai - 600 014. Ph: +91-44-4200-9603
Email : support@nhm.in Website : www.nhm.in

 kizhakkupathippagam kizhakku_nhm

Kizhakku Pathippagam is an imprint of New Horizon Media Private Limited

அர்ப்பணிக்கிறேன்

என் அன்னைக்கும், அன்பு மனைவிக்கும், மகனுக்கும்...
எண்ணம் எமதாயினும் அதை எழுதக் கற்றுத் தந்த வாத்தியார்,
திரு. சுஜாதா அவர்களுக்கும்...

உள்ளே...

அணிந்துரை

கதை என்பது அனைவருக்கும் கேட்கப் பிடிப்பது, அது பாட்டி சொல்லும் கதைகளாக இருக்கலாம், நாம் படிக்கக் கூடிய கதைகளாகவும் இருக்கலாம். என் கைகளில் இஸ்ரோவின் கதை கொடுக்கப்படும் போது வியப்பு மேலிட்டது. அதை வாசித்த பிறகு எனக்குத் தோன்றியது இதுதான். இன்றைய காலகட்டத்தில் இஸ்ரோ என்பது இந்தியாவின் பெருமைக்குரிய ஓர் அடையாளமாக இருக்கிறது, அதில் ஓர் அங்கமாக, அது மாதிரியான உயரங்களை அடைவதற்கான ஒரு பார்வையுடன், இலட்சியத்துடன் இருக்கக் கூடிய இளைஞர்களும், குழந்தைகளும், அவர்கள் அந்த உயரத்தை அடைய வேண்டும் எனில் இந்தப் புத்தகம் நிச்சயமாகக் கையிலிருக்க வேண்டும்.

இஸ்ரோவின் கதை என்பதையும் கடந்து, அறிவியலின் மீதும், நம் தேசத்தின் மீதும் உயர்கட்டக் கனவுகள் இருக்கும் குழந்தைகள், இளைஞர்கள் வாசிக்க வேண்டிய படைப்பு, இப்புத்தகம். இஸ்ரோவின் கதைக்கு முன்பாக அண்டம், உலகம், மனிதர்கள், மூளை, ஆயுதங்கள், அறிவியல், அண்டை தேசங்கள், அதன் பின்னணி வரலாற்று அரசியல் நிகழ்வுகள் என அனைத்தையும் விளக்கி, காலத்தின் கட்டாயமாக இஸ்ரோ எப்படி வந்திருக்கிறது என்பதை மிகச் சரியாக எழுதியிருக்கிறார்.

விண்வெளி முயற்சிகள் போன்ற ஒரு உயர்கட்ட அறிவியல் இல்லாமல் ஒரு நாடு தன்னைத்தானே தற்காத்துக்கொள்ள முடியாது என்கிற நிதர்சன மனப்பான்மையை வாசிக்கக்கூடிய ஒவ்வொரு இந்தியனின் இதயத்திலும் இப்புத்தகம் உணர்த்தும்.

எழுத்தாளர் திரு சுஜாதா ரங்கராஜன் தனது அறிவியல் படைப்புகளின் மூலம் மிகப்பெரும் தாக்கத்தை தமிழ் வாசகர்களிடத்தே உருவாக்கியவர். அவரது மறைவிற்குப் பிறகு அந்த இடத்தை

ஹரிஹரசுதன் நிரப்புகிறார் என்கிற வகையில் இப்புத்தகத்தை எழுதியிருக்கிறார். ஏதுமற்ற வெற்றிடத்தில் எப்படிப் பிரபஞ்சம் உருவானது என்பதில் துவங்கி, இஸ்ரோ அடுத்த வருடம் என்ன செய்ய இருக்கிறது எனும் இரு புள்ளிகளுக்கிடையில் 150 பக்கங்களில் எழுத்தில் ஒரு சித்து விளையாட்டு விளையாடி இருக்கிறார் ஹரிஹரசுதன் தங்கவேலு. அறிவியல் அனைவரின் விருப்பமாக இல்லாத பட்சத்திலும், அறிவியலை வாசிக்கும் விருப்பத்தைத் தூண்டும் படைப்பாக இது அமையும்.

இது போன்ற புத்தகங்களை பெரியவர்கள் நாம் வாசிக்க வேண்டும், அதைப் பார்த்தே குழந்தைகள் வாசிப்பார்கள். அவர்கள் வாசிக்கும் போதுதான் வாழ்வில் உயரங்களை அடைவதற்கான சிந்தனைகளை அது உருவாக்கும், அச்சிந்தனைகள் மூலம் உங்கள் வீடும், நமது நாடும் கண்டிப்பாகப் பயன்பெறும் என நம்பிக்கையுடன் கூறுகிறேன்.

'இஸ்ரோவின் கதை', ஒவ்வொரு இந்தியரின் கையிலும் இருக்க வேண்டிய புத்தகம்.

மயில்சாமி அண்ணாதுரை

முன்னாள் இயக்குனர், இஸ்ரோ செயற்கைக்கோள் மையம்.
துணைத் தலைவர், தமிழ்நாடு அறிவியல் தொழில்நுட்ப பேரவை.

வாழ்த்துரை

எழுத்தாளர் சுஜாதாவுக்குப் பிறகு அறிவியலைத் தமிழில் சரளமாகவும் மக்களுடைய மொழியிலும் எழுதுபவர்கள் குறைவானவர்களே, அல்லது இல்லை என்றுகூட சொல்லலாம்.

புத்தகத்தின் தலைப்பு இஸ்ரோவின் கதை என்றிருந்தாலும்கூட இந்த நூல் முழுவதும் அறிவியலின் கதைதான்.

நூலில் ஹிரோஷிமா அணுகுண்டு வீச்சு பற்றி ஹரிஹரசுதன் தங்கவேலு எழுதியிருக்கும் பாணி, நூலின் நடைக்கு நல்லதோர் எடுத்துக்காட்டு.

கட்டுரைகளில் அறிவியல் பற்றி எழுதிச்செல்லும் போதே அதன் பின்னுள்ள அரசியலையும் அக்குவேறு ஆணிவேறாக அலசி இருக்கிறார் சுதன்.

புத்தகத்தில் ஹிட்லரைப் பற்றிய விவரிப்பு மிகச் சிறப்பு. ஒரு சிறுகதையைப் போல, புனைவைப் போல நல்ல மொழிநடை வாய்த்திருக்கிறது.

இஸ்ரோவின் திட்டங்கள், செயல்பாடுகள், சாதனைகள் பற்றி, நல்ல எழுத்து நடையில் மிகச் சிறப்பான அறிமுகத்தைத் தந்திருக்கிறார்.

தன்னுடைய பணிகளுக்கு இடையே கூடுதலான நேரத்தை ஒதுக்கி ஹரிஹரசுதன் தங்கவேலு, இன்னும் நிறைய எழுத வேண்டும், புனைகதைகளிலும் சாதனைகள் புரிந்து, இன்னொரு சுஜாதாவாக வேண்டும் என்று வாழ்த்துகிறேன்.

கி. வைத்தியநாதன்

ஆசிரியர், தினமணி

முன்னுரை

'Somewhere, Something Incredible is
Waiting to be Known'

- Carl Sagan

ஒரு புத்தகம் தரும் பிரமிப்பை அதன் முன்னுரை தருமா, தெரியாது! அதனால் உங்களுக்கு நன்றி கூறும் வாய்ப்பாக இதை எடுத்துக்கொள்கிறேன். சம்பிரதாய நன்றி இல்லை! உள்ளார்ந்த நன்றி.

கண்கவர் தொழில்நுட்பங்கள் நம்மை உள்ளிழுத்துக் கொண்ட காலமிது. 15 வருடங்களுக்கு முன் நிறைய நேரம் இருந்தது, எது வாங்க வேண்டுமென்றாலும் காசு கேட்டார்கள். இப்போது, காசு தருகிறோம்! உங்கள் நேரத்தைத் தாருங்கள் என்கிறார்கள். காணொளிகள் தரும் சுவாரசியத்தைக் காதல்கூடத் தருவதில்லை, ஆனால் உங்கள் விலைமதிப்பற்ற நேரத்தை எனக்குத் தந்திருக்கிறீர்கள். அதன் கனமும் பொறுப்பும் உணர்ந்தே படைப்பை எழுதி இருக்கிறேன். நன்றி.

இது நம் இஸ்ரோவின் கதை. இதில் நம் தேசம், அரசியல் நிகழ்வுகள், அமெரிக்க வஞ்சம், விண்வெளி, ஏலியன் என அனைத்தும் இருக்கும். இது புனைவல்ல. மனித வரலாற்றின் முக்கிய நிகழ்வுகளை சுவாரசியப் புள்ளிகளால் இணைத் திருக்கிறேன். நேரம், காலம், பெயர்கள்

குறிப்பிட்டிருக்கிறேன். அனைத்தும் நிஜம். இறுதி நிமிடங்களைத் தவிர!

ரோலர்கோஸ்டரில் பயணித்திருப்பீர்கள்! ஏறும் முன் வாழ்வில் எத்தனை சிக்கல்கள், மனவருத்தங்கள், துயரங்கள் இருப்பினும், கோஸ்டர் மெதுவாக நகர்ந்து, மேலேறி, செங்குத்தான ஓர் உச்சியை அடையும்போது அனைத்தும் மறந்துபோய் அட்ரினலின் தேகமெங்கும் சுரக்கும். செல்கள் சில்லிட்டு நிற்கும். ஊடல்கள் மறந்த கைகள் தாமாகப் பற்றிக்கொள்ளும். அதி வேகத்தில் கோஸ்டர் கீழ் நோக்கிப் பாயும்போது, பூமி வயிற்றில் புரளும்.

சிரிப்பும், அலறலும், நெகிழ்வும், மகிழ்வுமாக, கரம் பற்றி கண்ணீர் வழியக் குதூகலிப்போம்.

இது அனைத்தையும் இப்புத்தகம் நிகழ்த்தும்.

ஹரிஹரசுதன் தங்கவேலு

1

படைப்பும் பரிணாமமும்

இந்தப் பிரபஞ்சம் உருவானவிதம் உங்களுக்குத் தெரிந்திருக்கும்! ஏறக்குறைய 13 பில்லியன் வருடங்களுக்கு முன்பு ஒரு மிக நுண்ணியப் புள்ளியாக 'தேமே'வெனக் கிடந்த அண்டம் யார் மீதோ வெறியாகி திடுமென வெடித்துச் சிதற, அதிலிருந்து பிறந்த எலெக்ட்ரான், ப்ரோட்டான், நியூட்ரான் மூலக்கூறுகள் எங்கும் சிந்திச் சிதறி, விரைந்து பரவியது.

இந்தப் பெருவெடிப்பு நிகழ்ந்த மூன்று விநாடிகளில் ப்ரோட்டானையும், நியூட்ரானையும் ஓர் ஆற்றல் மிக்க சக்தி 'நல்லாருங்கடே!' என நியூக்ளியஸ் கருவில் சேர்த்து வைத்துவிட, கடுப்பான எலெக்ட்ரான் 'போங்கடா! நீங்களும் உங்க பிரபஞ்சமும்' எனக் கோபித்துக்கொண்டு ஆயிரமாயிரம் வருடங்கள் யாருடனும் பேசாமல் இருந்தது. பிறகு 'ஒரு குடும்பத்துக்குள்ள என்னலே சண்ட, வாடே!' என நேர்மறை ப்ரோட்டான் ஈர்க்க, 'அப்படியே வந்தாலும் நியூக்ளியஸ் வீட்டுக்குள்ள கால வைக்க மாட்டேன், காலம் பூரா அதச் சுத்தியே வாழ்வேன் பாத்துக்க!' என எதிர்மறை எலெக்ட்ரான் சபதம்கொண்டு சுற்றியது.

1911ல் இந்த அணுக் கட்டமைப்பைக் கண்டுபிடித்தவர், எர்னஸ்ட் ரூதர்போர்ட். இப்போது இருந்திருந்தால் மேற்சொன்ன தமிழ் சினிமா பாணி விளக்கத்திற்குத் தலையில் அடித்துக் கொண்டிருப்பார்.

இப்படியாக நியூக்ளியஸ் கருவில் ப்ரோட்டான்கள், நியூட்ரான்கள் கூடிக் கிடக்க, அதை சூரியனைச் சுற்றும் கோள்கள்போல சதா நேரமும் சுற்றி வரும் எதிர்மறை எலெக்ட்ரான்கள் கூட்டமாகச் சேர கிடைப்பது அணு. இந்தப் பிரபஞ்சத்தின் ஆக்க சக்தி.

சரி எது அணு? அணு என்பது அனைத்தும்தான்! நீங்கள், நான், சாலையோர நாய்க்குட்டி, போஸ்டர் ஒட்டும் சிறுவன், எவர் மீதோ பெயர்ந்து விழக் காத்திருக்கும் வரவேற்பு பேனர், எத்தனை தொழில்நுட்பத்திலும் 'பிரேக்' பிடிக்காத லாரிகள், சூரியன், நிலவு'கள்', துணைக்கோள்கள், வால்கொண்ட விண்மீன்கள், வாழா வெட்டிக் கருந்துளைகள், வாடா வா என அழைத்துப் போகும் வோர்ம்ஹோல்கள், கேலக்சி எனப்படும் விண்மீன் பேரடைகள், என நாம் பார்க்கும், கேட்கும், சுவாசிக்கும் அனைத்தும் அணுதான். சக்தியைத் தவிர!

இந்தப் பிரபஞ்ச இயக்கத்தின் பின்னணியில் உள்ள ஆதாரசக்திகள் நான்கு: ஈர்ப்பு விசை, அணுக்கருவைச் சேர்த்து வைத்த பெரு விசை, அதன் வெளியே உள்ள மெல்லிய விசை, மின்காந்த விசை. இருப்பது அணுவென்றால் அதை இயக்குவது இந்த சக்திகள்தான்,

அணுவால் ஆன இந்தப் பிரபஞ்சம் எல்லையற்றது, முடிவுகளே இல்லாதது, விரிந்துகொண்டே செல்லும் கலைத்து வீசப்பட்ட ஒரு கட்டமைப்பு, முரண்கள் நிறைந்த ஓர் ஒழுங்கு! ஈர்ப்பு விசை பிணைத்திருக்கும் அதேவேளை விலக்கு விசையாக 'டார்க் எனர்ஜி' மற்றும் 'டார்க் மேட்டர்' செயல்படுகிறது. இதுதான் கோடிக் கணக்கான கேலக்சிகளை படுவேகத்தில் விலகிப் பயணிக்க வைத்து அண்ட விரிவைச் சாத்தியப்படுத்துகிறது. சரி! இந்த 'டார்க் மேட்டர்' எனப்படும் கான்ஜூரிங் கருஞ்சக்தி என்ன? எப்படி உருவாகிறது! இதை ஆராய கருவிகள் உள்ளனவா, இதைக் கட்டுப்படுத்த முடியாதா என்றால், 'முடியாது' என்பதுதான் எல்லாவற்றிற்கும் பதில்.

காரணம்! இந்த இருண்ட சக்தி இன்னும் மனித அறிவிற்கு அப்பாற்பட்டதே. மேற்குறிப்பிட்ட அணு, பிரபஞ்சம், அனைத்தும் 5% கண்டுபிடிப்பே. பிரபஞ்சத்தின் எஞ்சிய 95% நாம் அறியாதது. இந்த 95 சதவிகிதத்தில் இருண்ட சக்தி 70%, இருண்ட பொருண்மை 25% இருக்கலாம் என நம்பப்படுகிறது.

என்னது! நம்பப்படுகிறதா? அப்படியென்றால் இதை எப்போது தான் உறுதி செய்வீர்கள் என்றால், 'எப்போது' என்பது தெரியாது. ஆனால் சர்வ நிச்சயமாக அனைத்தும் இங்கு ஒருநாள் உறுதி

செய்யப்படும். எப்படி எனக் கேட்பீர்கள் எனில், காரணம் இருக்கிறது! இந்தப் பிரபஞ்சத்தைவிட மர்மமான, விந்தையான, அதி ஆற்றல்கொண்ட ஒரு சிறு வஸ்து இருக்கிறது. அது செய்யும். அதன் பெயர் மனித மூளை.

மனித மூளை ஒவ்வொன்றும் எடை, வடிவம், அமைப்பு எல்லாம் பெரிய வேறுபாடு இல்லையெனினும் இதன் செயல்திறனைச் சிந்தியுங்கள். எத்தனை விந்தை! எத்தனை கலைகள், எத்தனை எத்தனை ஆற்றல்கள், ஒவ்வொரு மனிதனுக்கும் ஒரு தனிப்பட்ட குணம், மனம், எண்ணங்கள், திறமைகள் என மூளை குறித்த சிந்தனையை மூளையில் உருவாக்கும் இந்தப் பிரக்ஞைதான் மனிதன்.

'சிந்தியுங்கள்', என்றதும் கண்களை மேலே சுழற்றி, கீழ்த்தாடையில் சுட்டு விரல் வைத்து 'வாழும் ஜன்ஸ்ட்டின்' போல அமர்ந்திருக்கிறீர்கள் அல்லவா; உங்கள் மூளையின் வேகம் எவ்வளவு தெரியுமா? இன்றைய தேதியில் உலகின் அதி வேக சூப்பர் கணினி அமெரிக்காவின் IBM Summit, அதன் இயங்கு வேகம் 122.3 Peta Flops. ஒரு PFLOP என்பது ஒரு குவாட்ரில்லியன் (ஆயிரம் கோடி கோடி கோடி) கணக்கீடுகளை மைக்ரோ நொடியில் நிகழ்த்த வல்ல வேகம், ஆனால் இதெல்லாம் மனித மூளையின் வேகத்திற்கு அருகில் கூட வர முடியாது. நம் மூளையின் வேகம் தோராயமாக ஒரு exaFLOP, ஒரு exaFLOP என்பது பில்லியன் பில்லியன் பில்லியன் கணக்கீடுகளை குறுநொடியில் நிகழ்த்தி நினைவில் கொண்டுவரும் வேகம். 'ஏங்க! இந்த புடவைல நான் நயன்தாரா மாதிரி இருக்கேனா?' என மனைவியின் கேள்வியை எதிர்கொள்ளும் நேரம் தவிர்த்து மற்ற நேரங்களில் நிச்சயமாய் பில்லியன் வேகம்தான்.

மூளையின் விந்தைகள் கருவிலேயே துவங்கிவிடுகிறது. கருவுற்ற மூன்று வாரங்களில் மூளைச்செல்கள் எனப்படும் நியூரான்கள் உருவாக ஆரம்பிக்கின்றன. அதிவேகத்தில் தொடரும் இந்த உருவாக்கம், ஒரு நிமிடத்திற்கு 2,50,000 நியூரான்கள்வரைகூட செல்கிறது. பிறந்த பிறகும் இந்த நியூரான்கள் உருவாக்கம் தொடரும்.

இப்படியாக, பிள்ளையாருக்கு உடைக்கும் ஒரு பெரிய தேங்காய் சைசில் 86 பில்லியன் நியூரான்களை நிரப்பி, அவை ஒன்றுக்கொன்று உரசாமல் சைனாப்சஸ் (Synapses) என்ற மிக நுண்ணிய இடைவெளி களுடன் பொருத்தி, நரம்பு செலுத்தி (neurotransmitters) ரசாயனங்களால் இடைவெளிகளை இணைத்து, நுண்ணிய

நரம்பிழைகளால் பிணைத்து, ஹார்மோன் சுரப்பிகள்கொண்டு உணர்வூட்டி, சோகம், மகிழ்ச்சி, கோபம், வீரம், திறமை, இனப்பெருக்கம் இன்னும் பல இதர செயல்பாடுகள் அனைத்திற்கும் தலைமைச் செயலகமாக விளங்கும் மூளைக்கு ஒரு சிக்கல் உள்ளது. அது, ஓயாது சிந்தித்தே இருப்பது. மூளைக்கு ஓய்வு என்பதே கிடையாது. சதா நேரமும் மனச் சக்கரத்தைச் சுற்றிக்கொண்டே இருக்கும். அசந்து தூங்கும் நேரத்தில், தூக்கு மாட்டி இறந்தவரின் நாக்குத் தள்ளிய செய்தித்தாள் புகைப்படத்தை நினைவில்கொணர்ந்து நம்மை அலற வைப்பது, இதன் சுவாரசியம்.

மூளையின் வரமும் சாபமும் ஒன்றுதான், அது சிந்தனை!

இந்தியாவின் வளர்ச்சி மட்டுமல்ல, மனித வரலாற்றின் அனைத்து நிகழ்வுகளின் ஆரம்பம் அணுவும், மூளையும்தான், அது குறித்து சிறிதளவாவது அறிந்துகொள்வது அவசியமாகிறது.

மனித மூளைக்கும் மிருகங்களின் மூளைக்கும் வேறுபாடுகள் உள்ளன. இதன் எடைக்கும் அறிவிற்கும் எந்தத் தொடர்பும் இல்லை. மனித மூளையைவிட ஐந்து மடங்கு அதிக எடை கொண்டது திமிங்கலங்களின் மூளை. ஆனால், திமிங்கலத்தையே பிடித்துத் திணறடிக்கிறான் மனிதன். இந்த வேறுபாட்டைச் சாத்தியப்படுத்துவது மூளையின் 'கார்ட்டெக்ஸ்' (Cortex) பகுதி. மனிதனின் கார்ட்டெக்ஸ் விலங்கு களுடையதைவிடப் பெரியது மட்டுமல்ல, அதில் மடிப்புகளும், கட்டுப்படாத பகுதியும் அதிகம் உண்டு. இதுதான் மனிதனை அறிவுத்திறன் கொண்டவனாக, சிந்தனாவாதியாக மாற்றியது. உணவுச்சங்கிலியின் ஒரு நிலையில் இருந்தவனை அதன் உயர்ந்த நிலைக்குச் செல்ல வைத்தது. ECOவை வென்றது EGO.

மனிதன் ஒரு புத்திசாலி மிருகம்.

அணுவும், பிரபஞ்ச இயக்கமும் ஒத்திருப்பதுபோல, மூளை ஏன் பிரபஞ்சத்தின் மினியேச்சராக இருக்கக்கூடாது என்று தோன்றலாம். அங்கு எண்ணற்ற கோள்கள், நட்சத்திரங்கள் என்றால் மூளையில் எண்ணற்ற நியூரான்கள், பிரபஞ்சத்தை 'காஸ்மிக்' வலை (Cosmic Web) இணைக்கிறது என்றால் நியூரான்களை நரம்பு செலுத்திகள் இணைக்கும். இரண்டுமே அணுதான். இரண்டின் சக்தியும் அளப்பரியது, முழுமையாக அறியப்படாதது. முதலாவது படைப் பென்றால், இரண்டாவது பரிணாமம். பிரபஞ்சத்தை எப்படி இருண்ட சக்தி சிதைக்கிறதோ, அதேபோல மனித குலத்தையும் எதிர்மறை சிந்தனை சிதைக்கிறது. ஆற்றலுக்கு வித்திடும் சிந்தனை

அழிவிற்கும் வழிவகுக்கிறது. விளைவு! யார் உயர்ந்தவன் என்ற எண்ணமாக உருவெடுத்து, உலகின் அதி சிறந்த மூளைக்காரன் யார் என்ற போட்டியாக மாறுகிறது.

போட்டி என்றால் ஏதோ விளையாட்டாகத் தோன்றும். ஆனால் இது உயிர்வாங்கும் விபரீதம். யார் ஆளவேண்டும், யார் அடி பணிய வேண்டும் என்பதை முடிவு செய்யும் ஒரு விபரீதப் போட்டி. இதன் அதிகாரப்பூர்வ பெயர், போர். மனிதன் தன்னில் உயர்ந்தவன் யார் என்பதை நிருபிக்க போரைத் தேர்ந்தெடுத்தான். அதுவே இந்தப் பரிணாமம் பார்த்திராத ஒரு மிகப்பெரிய அழிவிற்குக் காரணமானது. முதலாம் உலகப்போர், உலக வரைபடத்தை மாற்றி அமைத்த ஒரு பேரழிவு, சுமார் 40 லட்சம் உயிர்கள் மடிந்து போகக் காரணமான ஒரு போரின் துவக்கம், ஒரு துப்பாக்கியிலிருந்து வெளியேறிய இரு குண்டுகள் என்றால் நீங்கள் நம்பித்தான் ஆக வேண்டும்!

'காவ்ரீலோ பிரின்சிப்' (Gavrilo Princip) எனும் 20 வயதுப் போராளி, செர்பியாவின் மீதான ஆஸ்திரிய - ஹங்கேரி அடக்குமுறையை எதிர்த்து அதன் பட்டத்து இளவரசர் பிரான்ஸ் பெர்டினன்டையும், அவரது மனைவியையும் காரில் வைத்துச் சுட்டுக் கொன்றதுதான் முதலாம் உலகப்போரின் ஆதிப்பொறி.

28 Jun, 1914. போஸ்னியாவின் சரஜெவோ நகரத் தெருவில், நகர மறுத்து நிற்கும் காரின் முன்புறம், தனது FN-M 1910 துப்பாக்கியின் விசையை இழுத்து ஆஸ்திரிய இளவரசரின் நெஞ்சுக்குக் குறி வைக்கும் விநாடியில், ஒரு வரலாற்றுப் பேரழிவை துவக்கப் போகிறோம் என பிரின்சிப் நினைத்திருப்பானா எனத் தெரியாது. அவன் சுட்டதும், இறந்தது இருவராக இருக்கலாம், ஆனால் அழிந்தது பாதி உலகம். அத்தனை சக்தி வாய்ந்தது மனித மூளை.

இந்தப் படுகொலையைத் தொடர்ந்து செர்பியாமீது போர் தொடுத்தது ஆஸ்திரியா. எப்போதும் வாய்ப்பிற்காகக் காத்திருக்கும் ஜெர்மனியும் இதில் இணைந்துகொண்டது. ஜெர்மனியுடன், துருக்கி, பல்கேரியா நாடுகளும் 'மைய நாடுகள்' எனக் கைகோர்க்க, செர்பியாவிற்கு ஆதரவாக பிரான்ஸ், பிரிட்டன், சோவியத் யூனியன், அமெரிக்கா போன்ற ஆகப் பெரும் அதிகாரங்கள் 'நாங்கள் நேச நாடுகள்' எனக் களமிறங்கின. போர் மூண்டது. அனைத்துப் போர்களையும் முடிவுக்குக் கொண்டுவரும் ஒரு போர் என்ற முழக்கத்துடன் மைய நாடுகளும் நேச நாடுகளும் மோதிக் கொண்டன. தரை, கடல், ஆகாய மார்க்கம் எனப் போர் வெடித்தது. 1914 முதல் 1918 வரை நிகழ்ந்த இந்தப் போரில் கனரக பீரங்கிகள், நீர்

மூழ்கிக் கப்பல்கள், போர் விமானங்கள் என அதுவரை கண்டு பிடிக்கப்பட்ட அனைத்து ஆயுதங்களும் முதல்முறையாகப் பயன் படுத்தப்பட்டன.

பெண்கள், குழந்தைகள், போர் தர்மம் என எதுவும் இல்லை. கண்ணீர்ப் புகை முதல் ஜெர்மனின் 'மஸ்டர்டு வாயு' (Mustard gas) எனப்படும் விஷவாயுவரை 20க்கும் மேற்பட்ட ரசாயன ஆயுதங்களும் உயிர்களைக் கொன்று குவித்தது. எதிர்பார்த்தபடியே, போரில் நேச நாடுகள் வெற்றி பெற்றன. ஜெர்மனி, ஆஸ்திரிய - ஹங்கேரி, துருக்கி மற்றும் நேச நாடுகள் தரப்பில் சோவியத் யூனியன் உட்பட நான்கு பெரும் அரச சாம்ராஜ்யங்கள் வீழ்ந்தன. ஐரோப்பிய தேசத்தில் புதிய நாடுகள் உருவாகியது. புரட்சியாளர் லெனின் தலைமையில் சோவியத் ரஷ்யா கம்யூனிச நாடாக உருவெடுத்தது. பிரான்சூம் பொருளாதார ரீதியில் பெரும் பின்னடைவைச் சந்தித்தது. பிரிட்டனுக்குப் பிறகு அமெரிக்காவுக்கு இந்தப் போர் பெரும் பலன்களையும், அதிகாரத்தையும் கொணர்ந்தது.

வெற்றி பெற்ற நேச நாடுகள், இந்தப் போருக்குக் காரணமே ஜெர்மனிதான், போடு அபராதத்தை, என 650 கோடி பவுண்டுகள் ஜெர்மனிமீது நஷ்ட ஈடு தொகையாக விதித்தன. ஜெர்மனி மன்னர் கெய்சர் முடிதுறந்தார். 1919-ல் ஜெர்மனி ஜனநாயக நாடானது. முதலாம் உலகப்போர் முடிவுற்றது. இனியொரு போர் எங்கள் உலகத்தில் இல்லை, இனியெல்லாம் சுபமே என்று உடன் படிக்கைகள், சமாதானங்கள் கையெழுத்தாகின. நம்பிக்கைகள் தவறில்லை. காரணம், இதுபோன்ற ஆயுத மற்றும் அதிகார பலம் பொருந்திய பயங்கரத்தை, ஒரு பேரழிவை நிகழ்த்த இனி எவனாலும் முடியாது என்றே அனைவரும் கணித்திருந்தனர். போர் முடிவடைந்த அடுத்த வருடம், 1920ல் 'தேசிய சோஷியலிச ஜெர்மன் தொழிலாளர் கட்சி' என ஓர் இயக்கம் ஜெர்மனியில் உதயமானது,

உருவாக்கியவர் அடால்ப் ஹிட்லர்.

முதலாம் உலகப்போர் முடிவடைந்தபோது போர் மற்றும் அபராதத் தொகையால் ஜெர்மனியின் பொருளாதாரம் அதள பாதாளத்தில் இருந்தது. மக்கள் வேலையின்றி, உணவின்றி, வறுமையில் தவித்தனர். ஜெர்மனி வசமிருந்த சில பகுதிகள் பறிபோயிருந்தன. உணவுப் பஞ்சம், அரசியல் குழப்பங்கள் தலைவிரித்தாடியது. இக்கட்டான இந்தச் சூழ்நிலையில் தங்கள் பிரச்னைகளைத் தீர்க்க, நாட்டை மீட்க, இழந்த அதிகாரத்தை மீண்டும் பெற்றுத்தர ஒரு

தலைவனை எதிர்பார்த்து மக்கள் காத்திருந்தனர். அப்பொழுது 'ஜெர்மன் இனி ஆரிய ஜெர்மானியர்களுக்கே' என்ற வீர முழக்கத்துடன் நுழைந்த ஹிட்லர் மக்களைக் கவர்ந்தார். அவரது திரமிக்க உரைகள் கவனிக்கப்பட்டன. துவண்டு போயிருந்த மக்கள் மனதில் நம்பிக்கை விதை விதைத்தன, மக்களுக்கான நியாயம் பெற்றுத் தருவேன் என சூளுரைத்தார் ஹிட்லர். அதிகார வர்க்கம் கலங்கியது!

1923ல் 2000 வீரர்கள் கொண்ட நாஜிப் படையுடன் ஊர்வலம் சென்று 'முனிச்' நகரின் அதிகாரத்தைக் கைப்பற்ற சதியில் ஈடுபட்டார் ஹிட்லர். ஆனால் அது தோல்வியில் முடிய, கைது செய்யப்பட்டு 10 மாதங்கள் சிறையிலடைக்கப்பட்டார். சிறையில் இருந்தபோது அவர் எழுதிய புத்தகம் *"Mein Kampf"*. தண்டனைக்காலம் முடிவுற்று வெளியானதும், ஜனநாயக முறைப்படி ஆட்சியமைக்க (கைப்பற்ற) முடிவு செய்தார் ஹிட்லர். ஆரியர்களே மண்ணின் மைந்தர்கள்! யூதர்கள் ஜெர்மனியைப் பிடித்த நோய், முதல் உலகப்போரின் தோல்விக்கு அவர்களே காரணம் என உறுமினார்! ஹிட்லரின் முதலாளித்துவம் மற்றும் கம்யூனிச எதிர்ப்புக் கொள்கைகள் குறிப்பாக ஆரிய உயர்வுக் கொள்கைகள் ஆரிய மக்களைக் கவர்ந்தன. பொதுவுடைமைவாதம் ஜெர்மனியை சீரழிக்கும், பாசிசமே சிறந்தது என்றார். மக்கள் 'ஆமாம்' என உறுதியாகத் தலையாட்டினார்கள். மக்கள் ஹிட்லரை நம்பினார்கள் என்பதைவிட அவரது ஆற்றல் மிக்க உரைகளில் மயங்கினார்கள் என்பதே சரி!

எதிர்பார்த்தபடியே 1933 தேர்தலில் நாஜிக்கட்சி அமோக வெற்றி பெற்றது. மக்களால் தேர்ந்தெடுக்கப்பட்ட அரசின் அதிகாரபூர்வத் தலைவனாகப் பதவியேற்றார் ஹிட்லர். ஜனாதிபதி 'ஹிண்டன்பர்க்' (Paul von Hindenburg) ஜனநாயக முறைப்படி பதவிப்பிராமணம் செய்து வைத்தார். அதிபராக பதவியேற்ற சில நாட்களில் தன் வேலையைத் துவங்கினார் ஹிட்லர். ஜெர்மனியில் அவசர நிலையைப் பிரகடனம் செய்தார். இதர கட்சிகளின் செயல் பாடுகளை முடக்கினார். போராட்டங்களைத் தடை செய்தார். மிரண்டு போனது நாடு. சோகத்தின் உச்சமாக இந்த அடக்கு முறைகளை எதிர்த்துக் கேள்வி எழுப்ப வேண்டிய ஜனாதிபதி ஹிண்டன்பர்க் 'எதிர்பாராவிதமாக' இறந்து போனார்.

மீண்டுமொரு ஜனாதிபதி தேர்ந்தெடுக்கப்படுவார், இந்த அடக்கு முறைகளுக்கு ஒரு முடிவு வரும் என்று காத்திருந்த மக்களுக்கு இடிதான் வந்து சேர்ந்தது. 'நானே அதிபர், நானே ஜனாதிபதி' என

சர்வமும் உருக்கொண்ட ஒரு சர்வாதிகாரியாக தன்னைப் பிரகடனப் படுத்திக்கொண்டார் ஹிட்லர். அடக்குமுறைகள், அதிகார துஷ்பிரயோகங்கள் சட்டமாக மாறியது. எதிர்ப்பதற்கு எவருக்கும் துணிவில்லை என்ற நிலையிலும் ஆரியர் தவிர பிற இனங்களை அடிமைப்படுத்த அல்லது அழித்தொழிக்க முடிவு செய்தார் ஹிட்லர்.

ஜெர்மனியில் இருந்து யூதர்கள் வெளியேறவேண்டும் என்ற ஹிட்லரின் அறிவிப்பு சில வருடங்களில் திரும்பப் பெறப்பட்டது. அடடே! நல்ல விஷயம், வாழ்க ஹிட்லர்! என்பீர்களா! பொறுமை, விஷயம் அதுவல்ல! யூதர்களை வெளியேற்றுவது மட்டுமே தீர்வாகாது, அவர்களை அடியோடு அழிப்பதுவே ஜெர்மனியின் நிரந்தர வெற்றியாகும் என முடிவு செய்திருந்தார் ஹிட்லர். யூதர்கள் கூட்டம் கூட்டமாகக் கொல்லப்பட்டனர். துப்பாக்கிச் சூடு, விஷவாயு அறைகள், தூக்கு, அப்பாவி யூதர்களின்மேல் விதவிதமான விபரீதப் பரிசோதனைகள், கொடூரச் சித்ரவதைகள் என அனைத்து வழிகளையும் பயன்படுத்தி 60 லட்சம் யூதர்களைக் கொன்று குவித்தார் ஹிட்லர்.

இது மட்டுமின்றி முதலாம் உலகப்போரில் ஐரோப்பா இழந்த பகுதிகளை மீட்டெடுக்க ஆயத்தமானார். இதன் ஆரம்பமாக ஹங்கேரியை ஜெர்மனியுடன் இணைத்த கையோடு, போலந்து நாட்டின்மீது 1939ம் ஆண்டு செப்டெம்பர் முதல் தேதியன்று, படை எடுத்தார். தொடங்கியது இரண்டாம் உலகப்போர். போலந்திற்கு ஆதரவாக பிரான்ஸ் களமிறங்க, பிரான்ஸிற்கு ஆதரவாக பிரிட்டன் போரில் குதித்தது!

ஹிட்லரின் தலைமையில் நாஜிப்படை டென்மார்க் மற்றும் நார்வே நாடுகளை மின்னல் வேகத்தில் கைப்பற்றியது. 'Blitzkrieg' போர் யுக்திகள், சக்திவாய்ந்த ஆயுதங்கள், ரசாயனத் தாக்குதல்கள், 'ENIGMA' ரகசிய தகவல் தொடர்பு சாதனங்கள், வெறியேற்றப்பட்ட நாஜிப்படை, இவை அனைத்திற்கும் மேலான ஹிட்லரின் சக்தி வாய்ந்த பேருரைகள் மூலம், தொடர் வெற்றிகளைக் குவித்தது ஜெர்மனி. நாஜிப்படையின் அதிரடித் தாக்குதல்களால் நிலை குலைந்த பிரான்ஸ் வேறுவழியின்றி ஹிட்லரிடம் சரணடைந்தது.

பிரான்ஸைத் தொடர்ந்து பிரிட்டனைக் குறிவைத்தது ஜெர்மன். அப்பொழுது பிரதமராக வின்ஸ்டன் சர்ச்சில் பொறுப் பேற்றிருந்தார். பல மாதங்கள் பிரிட்டன்மீது தொடர் வான்வழி தாக்குதல் நிகழ்த்தியும் ஹிட்லரால் பிரிட்டனைக் கைப்பற்ற முடியவில்லை.

சற்றும் கவலைகொள்ளாத ஹிட்லர், இத்தாலி மற்றும் ஜப்பானுடன் ஒரு கூட்டு ஒப்பந்தம் மேற்கொண்டார். செப் 22, 1940ல் கையெழுத்தான ஒப்பந்தத்தின்படி ஒரு நாடு தாக்கப்பட்டால் மற்ற இரு நாடுகள் ஆதரவாகப் போர் புரியவேண்டும். கம்யூனிசக் கொள்கைகளுக்கு எதிராக இணைந்த இந்த மூன்று நாடுகள் கூட்டணி 'அச்சு நாடுகள்' என அழைக்கப்பட்டது. மூன்று நாட்டுப் படைகளும் ஒன்றிணைந்து சோவியத் யூனியன்மீது போர் தொடுத்தன. முப்பது லட்சத்திற்கும் மேற்பட்ட வீரர்களைக் களத்தில் இறக்கியது அச்சு ராணுவம். அதுவரை போரில் கலந்துகொள்ளாமல் விலகியிருந்த அமெரிக்காவின் 'பியர்ல் ஹார்பர்' துறைமுகத்தின்மீது வான்வழித் தாக்குதல் நிகழ்த்தியது ஜப்பான். ராணுவ வீரர்கள், மக்கள் உட்பட 2400 அமெரிக்கர்கள் இத்தாக்குதலில் பலியானார்கள்.

வெகுண்டெழுந்த அமெரிக்கா நேச நாடுகளுக்கு ஆதரவாகப் போரில் குதித்தது. அமெரிக்கா உள்நுழைந்ததும் அச்சு நாடுகளின் வீழ்ச்சி துவங்கியது. சோவியத் யூனியனின் செம்படை, பிரிட்டனுடன் இணைந்து இத்தாலியைத் தாக்கியது. சரணடைந்தது இத்தாலி. வீதியில் இழுத்துச் செல்லப்பட்டு தூக்கிலிடப்பட்டார் முசோலினி. பிரான்ஸை மீட்டெடுத்த நேச நாடுகள், இறுதியாக ஜெர்மனியை சுற்றி வளைத்தது.

சோவியத் செம்படை தலைநகர் பெர்லினை நெருங்கும் வேளையில் நாடாளுமன்றக் கட்டிடத்தின் நிலவறையில் பதுங்கினார் ஹிட்லர். அவரது உதவியாளர்கள், அமைச்சர்கள், முக்கிய ராணுவ அதிகாரிகள், பணியாளர்கள் என ஹிட்லரைத் தங்கள் தலைவனாக எண்ணிய அனைவரும் அவருடன் இருந்தார்கள். தாங்கள் பிடிபடுவோம் என்பதை அனைவரும் அறிந்திருந்தார்கள். ஆயினும் தங்கள் தலைவனுக்காக இறுதி நொடிவரை போராடி மரணிப்பதே வீரம் எனக் காத்திருந்தார்கள். இவர்களைத் தவிர ஹிட்லரை எஜமானனாகக்கொண்ட ஒரு ஜீவனும் அவருடன் இருந்தது. அது 'ஜெர்மன் ஷெப்பர்ட்' வகை நாய். பெயர் ப்லாண்டி (Blondi). ஹிட்லருடன் அவரது படுக்கையில் உறங்குமளவு நண்பன் இந்த ப்லாண்டி.

நேசப்படைகள் நெருங்கினால் தன் மரணம் நிச்சயம் என்பதை ஹிட்லர் அறிந்திருந்தார். அத்தனைக் கலக்கத்திலும் காதலி ஈவா ப்ரானுக்கு (Eva Braun) கொடுத்திருந்த வாக்கை நினைவில் வைத்திருந்தார். ஒரு நாள் நமது திருமணம் நிச்சயம் நடைபெறும் என்பது அந்த வாக்கு. அது நடந்தேறியது. இறப்பதற்கு நாற்பது

ஈவா ப்ரான் – ஹிட்லர்

மணிநேரம் முன்பு தனது காதலி ஈவா ப்ரானை முறைப்படி மணந்தார் ஹிட்லர். இந்த நிகழ்வு நடைபெறும்வரை இவருக்குக் காதலி இருந்தது மக்கள் எவருக்கும் தெரியாது. அத்தனை ரகசியம் இந்தக் காதல்.

தேசம், போர் என்றிருந்த ஹிட்லருக்குக் காதலில் எல்லாம் உடன் பாடில்லை. ஆனால் ஈவா ப்ரான் அவரை விடவில்லை. வயது வேறுபாடு இருப்பினும் மனதாரக் காதலித்தார். ஹிட்லரின் காதலைப் பெறுவதற்காகத் தற்கொலைவரைகூட முயன்றிருக்கிறார். அதன் பிறகே அவரது காதலை ஏற்றுக்கொண்டார் ஹிட்லர். இந்தப் பதுங்கு அறை வருவதற்கு முன்புகூட ஈவா 'முனிச்' நகரில் மக்களில் ஒருத்தியாக, பாதுகாப்பாகத்தான் இருந்தார். நாஜிப்படை வீழ்ச்சியும் ஹிட்லரின் இறுதி நாட்கள் அறிந்ததேதான் இந்த நிலவறைக்கும் உடன் வந்தார் ஈவா.

இதயம் இறந்துவிட்டால் பிறகெப்படி வாழ்வு? மரணத்தில்கூட இணையவில்லை என்றால் பிறகென்ன காதல். மிக எளிமையாக, அமைதியாக நடந்தது திருமணம். திருமணப் பதிவாளர் மற்றும் அந்தரங்கச் செயலாளர்கள் என மூன்று பேர் மட்டுமே உடன் இருந்தனர். மணப் பதிவேட்டில் கையொப்பமிடும்போது ஈவா ப்ரான் என வழக்கத்தில் எழுதிவிட்டு பிறகு ப்ரானைத் திருத்தி 'ஈவா ஹிட்லர்' எனக் கையெழுத்திட்டு ஹிட்லரின் கண்களை பார்த்தார் ஈவா. அவரை அணைத்து, புறங்கையில் முத்தமிட்டார் ஹிட்லர்.

ப்லாண்டி வாலாட்டி மகிழ்ந்தது. ஹிட்லர் தன் இறுதி இரவை இணையுடன் கழித்தார்.

மறுநாள் காலை, பெர்லின் தலைநகரை செம்படை கைப்பற்றியது. இன்னும் சில மணிநேரங்களில் நிலவறையை அடைந்து விடுவார்கள் என்ற நிலை. தனது அறையில் இருந்து மனைவியுடன் வெளியில் வந்தார் ஹிட்லர். காத்திருந்தவர்களை பார்த்தார். கைகளைப் பிடித்துக் குலுக்கினார். தொண்டையைச் செருமினார். குரல் சிறிதும் உடையவில்லை. தன் வழக்கமான கம்பீரத்துடன் 'நண்பர்களே இத்தனை காலம் என்னுடன் பயணித்ததற்கு நன்றி. விடை பெறுகிறேன், வாழ்க ஜெர்மனி' எனக் கூறி, தன் வலது கையை உயர்த்தி, தனது பிரத்யேக நாஜி வணக்கம் ஒன்றை வைத்து விட்டு, அறைக்குள் சென்று தாளிட்டார்.

சில விநாடிகளில் துப்பாக்கி வெடிக்கும் ஓசை ஒருமுறை கேட்டது. உடனிருந்தோர் தயக்கத்துடன் உள்ளே சென்று பார்த்தபோது சரிந்த நிலையில் சடலமாகியிருந்தார் ஈவா. கீழே சயனைடு திரவக் கோப்பை ஒன்று உடைந்திருந்தது. அருகில் ஹிட்லர், இடப்புற நெற்றியைக் குண்டு துளைத்து எதிர்ப்புற மேஜையில் முகம் கவிழ்ந்து இறந்திருந்தார். மரணத்தில்கூட வலியில்லா மரணத்தையே காதலிக்கும் தன் நாய்க்கும் தந்திருந்தார் ஹிட்லர். உலகையாளும் சர்வ வல்லமை கொண்டவனாக மாற நினைத்த மூளையொன்று, அணு அணுவாகச் சிதறியிருந்தது. ஹிட்லரின் தற்கொலைச் செய்தி வெளியானதைத் தொடர்ந்து சரணடைந்தது ஜெர்மன். இரண்டாம் உலகப்போர் ஐரோப்பாவில் முடிவுற்றது.

ஒரு துப்பாக்கியில் துவங்கிய மனிதப் பேரழிவு, மற்றுமொரு துப்பாக்கியில் முடிந்தது என நீங்கள் நினைக்கலாம். ஆனால் சரித்திரம் நினைக்கவில்லை. மனித குலத்தை யார் ஆள்வது, அறிவியலையும் ஆயுதங்களையும் யார் கற்றுத் தேர்வது, இந்த உலகின் அரசன் யார் என்ற பனிப்போர் அதன்பிறகுதான் துவங்க இருந்தது. அதுவரை கனவிலும் கண்டிராத ஓர் ஆற்றல்மிகு பேரழிவை நிகழ்த்த, மனித இனம் தயாரானது. பிரபஞ்சத்தின் ஆக்க சக்தி எதுவாக இருப்பினும் அது மனித அறிவைக் கண்டு சற்று அஞ்சிய தருணம் அதுவாகத்தான் இருந்திருக்க வேண்டும்.

மேலே சொல்ல மறந்த விஷயம் ஒன்றிருக்கிறது. யூதர்களைக் கொன்றழிப்பதை தன் லட்சியங்களில் ஒன்றாக வாழ்ந்த ஹிட்லரின் காதலி ஈவா, ஒரு யூதராக இருக்கலாம் என DNA முடிவுகள் வெளியாகி உள்ளன. காலம் மட்டுமல்ல, காதலும் விசித்திரமானது!

2

அணுவும், அறிவும்

இந்தியாவின் விண்வெளிச் சாதனைகள், அறிவியல் மற்றும் தொழில் நுட்ப வளர்ச்சி குறித்த புத்தகத்தில் எதற்குப் போர்களின் வரலாறு என நீங்கள் நினைக்கலாம். 'வரலாறு முக்கியம் அமைச்சரே', எனும் வடிவேலு நகைச்சுவை போல, இந்த உலக வரலாறு நம் தேசத்தின் சரித்திரம் அறிய மிக அவசியமாகிறது. அணு, பிரபஞ்சம், இரண்டாம் உலகப்போர், ஹிட்லர், அமெரிக்கா, சோவியத் யூனியன் என விவரிக்கப்பட்ட அனைத்தும் எதோ ஒரு விதத்தில் ஒரு மெல்லிய நரம்பிழைபோல இந்தியாவின் வளர்ச்சியில் பிணைந்திருக்கிறார்கள். சிலர் நண்பர்களாக! சிலர் நம்ப வைத்துக் கழுத்தறுப்பவர்களாக!

போலந்துப் படையெடுப்பின் மூலம் ஹிட்லர் இரண்டாம் உலகப்போரை துவக்கும் முன்பு, அறிவியலின் அதிமுக்கிய நிகழ்வொன்று ஜெர்மனியில் தற்செயலாக நிகழ்ந்தது. அணுவிற்கு ஆங்கிலத்தில் 'Atom' என்று பெயர். இது கிரேக்கத்திலிருந்து வழுவிய ஒரு சொல். Atom என்பதன் பொருள் பிளக்க முடியாதது. அத்துனை நுண்ணியது அணு. ஓர் ஊசியின் முனை என்பது பல ஜில்லியன் அணுக்களால் ஆனது என்பதைப் புரிந்துகொண்டால் இதன் நுண்மை விளங்கும். இவ்வளவு நுண்ணிய சக்தியைப் பிளக்க முடியாது என்றே மனித குலம் அதுவரை நம்பியிருந்தது.

ஆனால் டிசம்பர் 17, 1938ல் Mr.Otto Hahn, மற்றும் உதவியாளர் Ms. Fritz Strassmann எனும் இரு நாஜி விஞ்ஞானிகள் உரேனியக் கனிமத்தின் அணுக்கருவைப் பிளந்து ஒரு புதிய சரித்திரத்திற்கு வித்திட்டார்கள். அது FISSION எனப்படும் அணுப்பிளவு. ஓர் அணுவில் உள்ள ப்ரோட்டான்களின் எண்ணிக்கைகொண்டே அது என்ன தனிமம் என அறியப்படுகிறது. இதே எண்ணிக்கையை வைத்து அணு எண் நிர்ணயிக்கப்படுகிறது. அணு எண்ணை வைத்து Periodic Table எனும் அட்டவணையில் தனிமங்கள் வரிசைப் படுத்தப்படுகிறது.

இந்தத் தனிம அட்டவணையில் ஒற்றைப் ப்ரோட்டானுடன் 'நான் ராஜா' என முதல் ஆளாக வருவது ஹைட்ரஜன். அண்டத்தின் பெரும்பான்மை ஆளுங்கட்சி, இதன் அணு எண் 1. இதற்கடுத்து ஹீலியம். இரண்டு ப்ரோட்டான்கள். சுட்டெரிக்கும் 'சூரியன்' முதல் அண்டத்தின் அடுத்த பெரும்பான்மை எதிர்க்கட்சி. இவை எல்லாம் எடை குறைந்த தனிமங்கள். ப்ரோட்டான்களின் எண்ணிக்கை அதிகரிக்கும்போது, அணு எடையும் அதிகரித்து அட்டவணையில் தனிமங்கள் உயர்ந்துகொண்டே செல்லும். இதுவரை நாம் 118 தனிமங்களைக் கண்டுபிடித்துள்ளோம். அதில் ஓர் அதிபயங்கரன் தான் யுரேனியம். 92 ப்ரோட்டான்கள் சகிதம் அதிக எடை கொண்டதும் கதிர்வீச்சுகொண்ட தனிமங்களில் மிக முக்கியமானது யுரேனியம்.

அறிவியலாளர்களுக்கு ஒன்று புரியவில்லை, அணுவில் உள்ள ப்ரோட்டான்களின் எண்ணிக்கையை வைத்து தனிமங்கள் அட்டவணைப்படுத்தப்படுகிறது, சரிதான். ஆனால் ஒரே அளவில் ப்ரோட்டான்கள் இருப்பினும் தனிமங்களில் எப்படி இவ்வளவு வகைகள் என்று பஞ்சாயத்தைக் கூட்டினார்கள். அப்போது நியூக்லியஸ் கருவில் 'தேமே' எனக் கிடந்த நியூட்ரான், 'தாத்தா நான் பாத்தேன்', எனக் கை தூக்கியது. 'என்றா கண்ணு பாத்த' என விசாரித்ததில், அணுவில் ப்ரோட்டானும் எலக்ட்ரானும் ஒரே அளவில் இருந்தாலும், இந்த நியூட்ரான்களின் எண்ணிக்கை மாறுதல்தான் தனிமங்களின் ஐசோடோப்ஸ் வகைகள் எனக் கண்டுபிடித்தனர்.

92 ப்ரோட்டான்கள் மற்றும் 143 நியூட்ரான்கள் சேர U-235 என அடையாளப்படுத்தப்படும் உரேனியத்தின் முதல்வகை, மகா கோபக்காரன். மைக்ரோ நொடிகளில் பிளவை நிகழ்த்துவான். இதே நியூட்ரான்கள் எண்ணிக்கை 146 ஆக இருந்தால் அது U-238 எனப்படும் உரேனியத்தின் இன்னொரு வகை. மந்திசாமி. ஒரு

பிளவிற்கு 23.5 நிமிடங்கள் எடுக்கும். இயற்கையாகக் கிடைக்கும் உரேனியத்தில் 0.71% மட்டுமே U-235. இதர 99.28 % U-238. ஆகவே உரேனியத்தில் இருந்து U-235 கோபக்காரனை பிரித்தெடுக்கும் வேலைதான் செறிவூட்டல், (Enriched) அதிக செலவு பிடிக்கும் விஷயம். அத்தனை சிரமப்பட்டு எதுக்குங்க இதைப் பிரிக்கணும் என்பீர்களா? காரணம் இருக்கிறது.

இந்த U-235 உரேனிய அணுத்துணுக்கின் அருகில் ஒரே ஒரு நியூட்ரான் சென்றால் போதும், பேச்சுலர் பார்ட்டிக்குச் செல்லும் ஆண்கள்போல 'சடார்' என அணுக்கருவுக்குள் நுழைந்துவிடும். U-235க்குள் ஒரு நியூட்ரான் நுழைந்து U-236 ஆக மாறிய மைக்ரோ நொடிகளில் கலகம் பிறந்து, வெறியேறி, படார் என இரண்டு அணுக்களாகப் பிளவுபடும். 92 ப்ரோட்டான்களாக இருந்த ஓர் அணுத்துகள் பிளந்து 56 ப்ரோட்டான்கள் கொண்ட பேரியமாகவும், 36 ப்ரோட்டான்கள் கொண்ட கிரிப்டானாகவும் பிரிந்துவிடும். (56+36 = 92).

சரி, அதனால் என்ன? என்றால் உறவுகள் பிரியும்போது எத்தனை மன வலி, கோபம், பெருந்துயரம் நம்மை ஆட்கொள்கிறது. அதே போல்தான் அணுப்பிரிதலும்! பெரும் வெப்பத்தையும் ஆற்றலையும் உண்டாக்குவதோடன்றி, புதிதாக மூன்று நியூட்ரான்களை வேறு உருவாக்கிவிடும். அந்த நியூட்ரான்கள் அடுத்த U-235 அணுத் துணுக்கில் நுழைய, அதிலிருந்து பிளவு, இரு அணுக்கள், ஆற்றல், வெப்பம். இது மேலும் மூன்று+மூன்று நியூட்ரான்களை உருவாக்க, இவைகள் அடுத்த U-235 தாக்க என்று ஒரு சங்கிலி தொடர் போல இந்த மோதலும் பிரிதலும் நிகழ்ந்து பெருமளவு வெப்பமும் ஆற்றலும் வெளியாகிறது. இந்த வெப்பத்தை நீரின்மீது உபயோகித்து எழும் நீராவியால் ராட்சத விசிறியை (Turbine) சுழற்றினால் கிடைப்பது மின்சாரம். இதே வெப்பத்தை வைத்து உலகைச் சிதறடித்தால் அது அணுகுண்டு.

ஆக்கமும் அணுதான், அழிவும் அணுதான். அவனின்றி அணுவும் அசையாது என்பார்கள். எவன் எனப்பார்த்தால் வேறு யார், நாம்தான்.

மின்சாரம் சரி... அணுகுண்டா? ஒரு நுண்ணிய அணுப்பிளவில் வெளியாகும் குறு வெப்பம் எப்படி மகா பிரளயத்தைச் சாத்தியப்படுத்துகிறது என்பீர்களா? சரிதான்! உங்களது காதலி செல்லமாகக் கிள்ளினால் வலிக்குமா. ஹி! ஹி! கோபமாகக் கிள்ளினால்கூட வலிக்காது அல்லவா. இருக்கட்டும்... இந்த

விவகாரம் உங்கள் மனைவிக்குத் தெரிந்து அவர் சொந்த பந்த உற்றார் உறவினர் ஒன்னு விட்ட ரெண்டு விட்ட பந்தங்கள் அத்தனையும் கிளம்பி வந்து ஒரே நேரத்தில் 'என்ன மாப்ள' எனக் கிள்ளினால் என்ன ஆகும்? அதுதான் அணுசக்தி!

அணுப்பிளவு எனும் இந்த சரித்திரக் கண்டுபிடிப்பைக் கேட்டு உலகம் அதிர்ந்தது என்பதைவிட, அஞ்சி நடுங்கியது என்பதே சரி. காரணம், இது யார் கையில் கிடைத்திருக்கிறது. ஹிட்லர் கையில். உலகின் ஆற்றல் மிகு சக்தி உலகையே ஆள நினைக்கும் ஒருவனிடம் கிடைப்பதா, 'நெவர்', எனக் குதித்துக் கிளம்பியது அமெரிக்கா. 'போடுறா வெடிய' எனக் கோலாகலமாக ஆரம்பிக்கப் பட்டது 'தி மன்ஹாட்டன் ப்ராஜெக்ட்'. தன் வசமிருந்த தொழில் நுட்பம், விஞ்ஞானம், உபகரணங்கள், ஆள்பலம், பெருமளவு பணம் என அனைத்தையும் வாரி இறைத்தது அமெரிக்கா. எது வேண்டுமானாலும் கேளுங்கள், என்ன வேண்டுமானாலும் செய்யுங்கள், ஆனால் இந்தக் கண்டுபிடிப்பை ஓர் ஆயுதமாக எப்படியாவது மாற்றிக் கொடுங்கள் என தங்கள் விஞ்ஞானிகளிடம் மன்றாடியது, தலைகீழ்த் தவம் புரிந்தது, ஒரு கட்டத்தில் மிரட்டியதும் கூட.

ஜெர்மனியில் நிலைமை அப்படியே தலைகீழ். பிளப்பைக் கண்டுபிடித்தார்களே தவிர அதை வைத்து பிழைப்பு நடக்கவில்லை. காரணம்! ஹிட்லரின் யூத வெறுப்பு. இந்தக் கண்டுபிடிப்பை நிகழ்த்தியவரின் உதவியாளர் Ms.Fritz கூட ஒரு யூதரே. உண்மையில் தான் என்ன கண்டுபிடித்திருக்கிறோம் என்பதே தெரியாமல் அமர்ந்திருந்த பாஸ் Mr.Ottoவிடம் இதை விளக்கி, உலகிற்கு இதன் வழிமுறைகளை அறிவித்ததே இந்தப் பெண்தான். இந்தக் கண்டுபிடிப்பின் ஆதாரக் கோட்பாடாக இவர்கள் கருதியது, உலகின் ஆகச் சிறந்த விஞ்ஞானி ஐன்ஸ்டீனின் $E=mc^2$ கோட்பாடு. ஆனால் ஆதாரக் கோட்பாடைக் கண்டுபிடித்த ஐன்ஸ்டீனே, ஒரு யூதர் என்பதால் ஜெர்மனியில் இருந்து தப்பி வந்து அமெரிக்காவின் நியூஜெர்சியில் அடைக்கலமாயிருந்தார்.

ஹிட்லரிடம் இப்படியொரு சக்தி கிடைத்திருக்கிறது, 'பாத்து சூதானமா இருந்துக்க' என அமெரிக்க அதிபர் பிராங்க்ளின் ரூஸ்வெல்டிற்குக் கடிதம் எழுதி எச்சரித்ததே ஐன்ஸ்டீன்தான். பிறகெப்படி ஜெர்மனியில் அணுகுண்டு சாத்தியம். போதாமைக்கு விஞ்ஞானக் கூடங்கள், ஆய்வகங்கள், பல்கலைக்கழகங்கள் அனைத்திலும் ஹிட்லரின் ஆரிய ஜெர்மானியர்களே நிரம்பிருந்தனர். அணுவியல் தெரிந்ததோ இல்லையோ, நாய் கையில் சிக்கிய

தேங்காய்போல ஹிட்லரை நம்ப வைப்பதற்காவது இறுதிவரை அணுப்பிளவை உருட்டியபடி இருந்தார்களே தவிர, ஆயுதமாக மாற்றவில்லை.

இரண்டாம் உலகப்போர் துவங்கியதும் இந்நாடுகள் அனைத்தும் போரில் மும்முரமாக, ஹிட்லர் தற்கொலை செய்யும் இறுதி விநாடி வரை, 'கண்டுபிடிச்சிடுவோம் பாஸ், நிச்சயம் கண்டு பிடிச்சிடுவோம்' என்றே சொல்லியிருந்தார்கள் ஜெர்மன் விஞ்ஞானிகள். கண்டுபிடித்து விடுவார்கள் என்ற நம்பிக்கையில் அவரும் தற்கொலை செய்துகொண்டார். 'அப்பாடா' எனப் பிரபஞ்சம் சற்று நிம்மதி கொண்டிருக்கும், ஆனால் அது நிலைக்க வில்லை. இந்தக் களேபரங்களினூடே அமெரிக்கா அணுகுண்டைக் கண்டுபிடித்துமன்றி அதைப் பரிசோதிக்கவும் தயாரானது. இந்தப் பரிசோதனைக்கு அமெரிக்கா வைத்த பெயர் 'ட்ரினிட்டி' (Trinity). விவிலியத்தில் கடவுளின் இருப்பாக, தந்தை, மகன் மற்றும் பரிசுத்த ஆவி என மூன்று வடிவங்களாகக் குறிக்கும் சொல் இது,

உலகின் முதல் அணுகுண்டுச் சோதனையான ட்ரினிட்டி ஜூலை 16, 1945ல் மெக்சிகோவிற்கு அருகே உள்ள ஜோர்ணாதா பாலை வனத்தில் காலை 5:29க்கு நடத்தப்பட்டது. அணுப் பிளவிற்காக உள்ளே வைக்கப்பட்ட தனிமம், புளூட்டோனியம் 239. மந்திசாமி யுரேனியம் U-238ன் பிள்ளை. அணு உலைகளில் நாமே உருவாக்கிக்கொள்ள வல்லது.

உலகின் முதல் அணுகுண்டு - 'ட்ரினிட்டி'

அணுகுண்டு வெடித்ததும் பல கிலோமீட்டர் தொலைவிலிருந்து பார்வையிட்ட அமெரிக்க அதிகாரிகளுக்கு ஒரு குழப்பம் ஏற்பட்டது. இது வெடிப்பா, இல்லை சூரியனை பூமியில் இருந்து கிளப்பியிருக்கிறோமா என, அத்தனை செஞ் சிவப்பில், விண் முட்டும் தீ ஜூவாலைகளுடன் எழுந்து நின்ற காளான் வடிவப் புகை மூட்டத்தை அவர்கள் தியரிகளில் கூட நினைக்கவில்லை. பிரபஞ்சப் பெருவெடிப்பின் ஒரு மினியேச்சரை நிகழ்த்தியிருக்கிறோம் எனப் புரியவே சில கணங்கள் தேவைப்பட்டது. அணு அளவு நல் இதயம் கொண்ட அரசாக மட்டும் இருந்திருந்தால் இது குறித்த சோதனைத் தாள்களையும், வழிமுறைகளையும் அன்றே ஒரு குழியில் தள்ளி மூடி, இப்படியொரு அதிசக்தி இருப்பதையே உலகிடம் மறைத்திருக்கும்.

ஆனால் உலகை அடக்கி ஆள நினைக்கும் அமெரிக்காவிடம் அன்பை எதிர்பார்க்கலாமா! கண்டுபிடிப்பை மறைக்கக்கூட வேண்டாம், அதற்கு எதிர்மறையாக ஒன்றை யோசித்தது அமெரிக்கா. இதை மனிதர்கள் வாழும் ஒரு நகரத்தின்மீது பயன்படுத்திப் பார்க்க வேண்டும் என்பதே அந்தக் குரூர சிந்தனை. உலகின் மன்னிக்கவே முடியாத பயங்கரத்திற்கு நாள் குறித்தது அமெரிக்கா.

ஹிட்லரின் தற்கொலையும், ஜெர்மனியின் சரணடைதலும் இரண்டாம் உலகப்போரை உடனடியாக முடிவிற்குக் கொண்டு வரும் என்றே நேச நாடுகள் நம்பின. ஆனால் ஜப்பான் போரிடுவதை நிறுத்தவே இல்லை. அப்படித்தான் உலகிற்குச் சொல்லியது அமெரிக்கா. 'பியர்ல் ஹார்பர்' தாக்குதலுக்கு பதிலடி கொடுக்க சமயம் பார்த்திருந்தது. அணுகுண்டு எனும் சர்வவல்லமை பொருந்திய சக்தியும் அவர்கள் வசம் வர திட்டத்தைச் செயல்படுத்தத் துவங்கியது.

அணுகுண்டுச் சோதனை நிகழ்த்திய அடுத்த நாள் POTSDAM CONFERENCE எனும் வரலாற்றுச் சந்திப்பு நிகழ்ந்தது. போரில் வெற்றி பெற்ற சோவியத் யூனியன், பிரிட்டன், அமெரிக்கா என மூன்று பெருந்தலைகளும் கைகுலுக்கிக்கொண்டன. கைப்பற்றிய ஜெர்மனியை எப்படிப் பிரித்தாள்வது என்ற ஒப்பந்தங்கள் முடிவு செய்யப்பட்டன. இந்தச் சந்திப்பின் ஒரு பகுதியாக எந்தவித நிபந்தனைகளுமின்றி ஜப்பான் போரை நிறுத்துவதுடன், உடனடியாகச் சரணடைய வேண்டும், என்ற எச்சரிக்கைத் தீர்மானம் நிறைவேற்றப்பட்டது. ஆனால் இது எச்சரிக்கையெல்லாம் இல்லை. தீர்மானம் கையெழுத்திடப்பட்ட சில மணிநேரங்களில்

யுரேனியம் U-235 நிரப்பப்பட்ட அணுகுண்டு அமெரிக்காவின் 'டினியன்' தீவு ராணுவதளத்தை வந்தடைந்தது. அந்த பயங்கரனின் பெயர் 'லிட்டில் பாய்'.

ஜூலை 29,1945. போட்ஸ்டாம் எச்சரிக்கைக்குப் பிறகும் ஜப்பான் தாக்குதல்களைத் தொடர்கிறது எனச் செய்திகள் வெளியாகின. வேறு வழி இன்றி இக்கட்டான சூழ்நிலைக்குத் தள்ளப்படுகிறோம் என அறிக்கைகள் விடுத்தார் அமெரிக்க அதிபர் ட்ரூமன். உலகிற்கு ஒன்றும் புரியவில்லை, ஹிட்லரே இறந்துவிட்டார். எதற்கு இப்படிப் பதட்டமடைகிறது அமெரிக்கா, என்ன நிகழப்போகிறது என்ற வியப்பு மேலிட்டது.

அணுகுண்டுப் பரிசோதனை வெற்றிகரமாக நிகழ்த்தப்பட்ட மறுநாள் ஜப்பானைத் தாக்குவதாக இருந்தால் எந்த நகரங்களைத் தாக்க வேண்டும் என்று ரகசிய விவாதம் நடந்தது. இந்தத் தேர்வுக்கு இவர்கள் கருத்தில் கொண்ட விஷயங்கள்.

மனித குல வரலாற்றில் யாரும் கனவில்கூட கண்டிராத ராட்சச சக்தியைப் பிரயோகிக்க இருக்கிறோம். குறைந்த பட்சம் 2 லட்சம் மக்கள் வாழும் நகரமாக இருக்கவேண்டும். மேலும் ஏற்கெனவே போரில் சேதமடையாத நகரமாக இருக்கவேண்டும். நமது குண்டு ஏற்படுத்தும் சேதத்தை அப்பொழுதுதான் துல்லியமாகக் கண்காணிக்க முடியும் என முடிவு செய்தது. அதோடு நில்லாமல் தரையில் இருந்து குறைந்த பட்சம் 600 மீட்டர்கள் உயரத்தில் குண்டை வெடிக்கச் செய்ய வேண்டும். அப்பொழுதுதான் வெப்பமும், கதிர்வீச்சும் தங்கு தடையின்றி பரவி நகரம் முழுவதையும் அழிக்கும் எனக் குரூரத்தின் உச்சமாகக் கணக்கிட்டது அமெரிக்கா.

Kyoto, Hiroshima, Kokura, Niigata ஆகியவை முதன்மை மற்றும் இரண்டாம் நிலை இலக்குகளாக நிர்ணயிக்கப்பட்டது. அடுத்த சில நாட்களுக்கு இந்த நகரங்களில் வான்வழித் தாக்குதல்கள் வேண்டாம் என ரகசியக் கட்டளை போர் விமானிகளுக்குப் பிறப்பிக்கப்பட்டது. எப்போதும் பறந்து திரியும் ஒன்றிரண்டு போர் விமானங்கள் கூட இல்லாதது கண்டு அகமகிழ்ந்திருப்பார்கள் மக்கள். உலகப்போர் முடிவடைந்து விட்டதோ என்று கூட எண்ணியிருப்பார்கள். ஆனால் இந்தப் பேரமைதி, பிரளயத்திற்கு முன்பானது என்பதைப் பிரபஞ்சம் கூட யூகித்திருக்காது.

3

வாழும் அரக்கர்கள்!

ஹிரோஷிமா நகரம், தளவாடத் தொழிற்சாலைகளும், கடல் வணிகமும் ஒரு சேர அமையப்பெற்ற ஒரு குறு நகரம். வண்ண விளக்குகள் சூழ அங்காடிகள், பள்ளிகள், மருத்துவமனைகள் நிறைந்திருந்த நகரமும் கூட. ஜப்பான் ராணுவத்தின் ஆயுத பலம் ஹிரோஷிமா தொழிற்சாலைகள். ஆகவே முதல் குண்டான LITTLE BOY தாக்குதலுக்கு அமெரிக்காவின் ஆல் டைம் இலக்கு ஹிரோஷிமாதான்.

அடுத்து க்யோட்டோ. ஜப்பானின் முன்னாள் தலைநகரம். கலாச்சாரப் பின்னணிகள் கொண்ட 2000த்துக்கும் மேற்பட்ட புத்தக் கோவில்கள், இயற்கை வனப்புகள், 17க்கும் மேற்பட்ட பாரம்பரியத் தளங்களைக் கொண்ட ஊர். இதன் எழில்தான் அமெரிக்காவின் கண்களை உறுத்தியது. ராணுவத் தொழிற்சாலைகளோ, தளவாடங் களோ இல்லாத க்யோட்டோவைத் தேர்ந்தெடுக்க இன்னொரு காரணமும் இருந்ததாகக் கூறுகிறார்கள். கல்விக்கூடங்கள், பல்கலைக்கழகங்கள், அறிவியல் சோதனைச்சாலைகள் நிறையப் பெற்ற நகரம். அணுகுண்டின் தீவிரத்தை உணர இவர்கள்தான் சரி என இரண்டாவது குண்டு FATMAN தாக்குதலுக்கு இலக்காகக் குறிக்கப்பட்டது க்யோட்டோ.

அமெரிக்கர்களிலும் சிலர் ஆன்ம சுத்தி உடையவர்களாக இருந்திருப் பார்கள் போலும், அப்படி ஒருவரான அமெரிக்கச் செயலாளர்

ஹென்றி ஸ்டிம்ஸன் (Henry L. Stimson), அதிபரைச் சந்தித்து 'இது மிகத் தவறு, பாரம்பரியத் தளங்களை அழித்தால் நீங்கா வன்மமே மிஞ்சும். இதை நீங்கள் அனுமதிக்கக் கூடாது' எனத் தொடர்ந்து வலியுறுத்த, இறுதி நிமிடத்தில் க்யோட்டோ நீக்கப்பட்டு 'கொகுரா' என முடிவானது. பிறகு இறுதி நிமிடங்களில் 'கொகுரா' தப்பி எப்படி நாகசாகி வீழ்ந்தது என்பது தனிக் கொடூரம். உயிர்களைக் காத்திட முனைந்த இயற்கையை ஒன்றுக்கும் உதவாத மனிதனின் ஈகோ வென்ற கதை.

ஜூலை 31, 1945.

லிட்டில் பாய் அணுகுண்டு முழுமையாகப் பொருத்தப்பட்டது. தாக்குதலுக்குச் 'சின்னப்பையன் தயார்' என்று தலைமைக்குச் செய்தி அனுப்பியது ராணுவம். இரண்டாவது அணுகுண்டான FATMAN எனும் புளூட்டோனியம் P-239 வகை குண்டு டினியன் தீவை வந்தடைந்தது. அதைப் பொருத்தும் பணிகள் துவங்கின.

ஆகஸ்ட் 1, 1945. போர் விமானங்கள், விமானிகள் குழு, வரை படங்கள், இறுதிக்கட்டப் பயிற்சிகள் என அனைத்தும் சரிபார்க்கப் பட்டது. எல்லாம் சரி. தாக்குதலுக்குத் தயார்நிலை. அடுத்தநாள் அதிகாலை முதல் குண்டை வீசுவது என முடிவானது. உயிர்கள் மீது அன்பு கொண்ட இயற்கை நிகழ இருக்கும் பயங்கரத்தை உணர்ந்து பதறியது. தன் கண்ணீரை மழையாகப் பொழிந்தது.

ஜப்பானைச் சுற்றியுள்ள கடலோர நகரங்களில் சூறாவளி உருவெடுத்தது. அமெரிக்க ராணுவத்தளமான டினியன் தீவைச் சுற்றி வளைத்தது. புயல் நிற்கும்வரை காத்திருப்போம் என்றார் ஜெனெரல் கர்டிஸ் லெமே (Curtis LeMay). நான்கு நாட்களில் புயல் கரை கடந்தது. வானம் தெளிவானது.

ஆகஸ்ட் 5, 1945. கலோனல் பால் டிப்பெட்ஸ் (Paul Tibbets) மற்றும் விமானத்தில் இருந்து குண்டுகளை இலக்கின்மீது விடுக்கும் பம்பார்டியர் தாமஸ் ஃபெரிபீயையும் (Thomas Ferebee) அழைத்தார் ஜெனெரல் லெமே. 'நாளை அதிகாலை நமது 'லிட்டில் பாய்' வெடிக்க இருக்கிறான், வீசத் தயாரா?' என்றார். இருவரும் தலை அசைத்தார்கள். ஹிரோஷிமாவின் எந்த இடம் தாக்குதலுக்குச் சரியானது என்றார்.

ஹிரோஷிமா நகர வரைபடத்தில் ஒரு T வடிவ பாலத்தைத் தொட்டுச் சொன்னான், தாமஸ். 'Sir, It's the most perfect AP (aim point) I've seen in this whole damn war.' டிப்பெட்ஸ் அதை ஆமோதிக்க,

பாலத்தைச் சுற்றி சிகப்பு வண்ணத்தில் ஒரு வட்டமிட்டார் ஜெனெரல் லெமே.

ஆகஸ்ட் 6, 1945.

நள்ளிரவு 2:45: லிட்டில் பாய் குண்டு B-29 ரக விமானத்தில் ஏற்றப்பட்டாகி விட்டது, ஒரு வரலாற்றுப் பேரழிவைச் சுமந்து செல்லும் விமானத்தின்மீது தனது அன்னையின் பெயரான Enola Gay என்பதைப் பொறித்திருந்தான் டிப்பெட்ஸ். இதற்குப் பிறகு 'எனோலா கே' என்றே அதிகாரப்பூர்வமாக பின்னாட்களில் இந்த விமானம் அறியப்பட்டது. புகைப்படங்கள், வீர வணக்கங்கள், கைகுலுக்கல்களுக்குப் பின் 4400 கிலோ பயங்கரத்தைச் சுமந்துகொண்டு தன பயணத்தைத் துவங்கியது எனோலா கே.

காலை 02:47: The Great Artiste and Necessary EVIL என்ற இரு துணை B-29 ரக விமானங்கள் கிளம்பின. ஒன்றின் வேலை பிரளயத்தைப் படம் பிடிப்பது. மற்றொன்று தொழில் நுட்ப உதவிகளுக்காக.

காலை 06.00: பிளப்பிற்கான வெடிமருந்து மற்றும் டெடனேட்டர் வெடிப்பான் இரண்டும் பொருத்தப்படுகிறது. இவோ ஜீமா எரிமலை தீவை அடைந்து, ஜப்பானை நோக்கிப் பறக்கிறது எனோலா கே.

காலை 07:15: லிட்டில் பாயின் பாதுகாப்புப் பொத்தானை சிகப்பில் இருந்து பச்சைக்கு மாற்றுகிறார்கள். SAFE என்பது அணைந்து ARMED என்று ஒளிர்கிறது.

காலை 08:00: வானிலையை உளவு பார்க்கச் சென்ற விமானங்கள் ஹிரோஷிமா மீது பறக்கின்றன. வானிலை குண்டு வீச்சிற்கு ஏற்றவாறு உள்ளது, 'Bomb Primary, repeat Bomb Primary' என்று விமானி டிப்பட்ஸ்ஸுக்கு சங்கேத உத்தரவு தரப்படுகிறது.

காலை 08:20: 'It's Primary, confirmed' என்று தரைத் தளத்துக்கு உறுதி செய்துவிட்டு, டிப்பட்ஸ் தனது குழுவிடம் ' இந்த உலகின் முதல் அணுகுண்டை வீச இருக்கிறோம், தயாராகுங்கள்' என்கிறான். பாதுகாப்புக் கவச உடைகளையும், பாராசூட்டையும் அணிகிறது குழு. வானில் 32,000 அடி உயரம் தொட மேலெழும்பிப் பறக்கிறது எனோலா-கே.

காலை 09:00: ஹிரோஷிமாவை நெருங்குகிறது எனோலா-கே. புயல் முடிந்து மேகங்கள் இல்லாத தெளிவான வானம். அமைதியின்

வண்ணம் வெண்மை பூண்டிருக்கிறது. '10 minutes to the AP' (Aiming Point) என அறிவிக்கிறான் பம்பார்டியர்.

காலை 09:12: ஹிரோஷிமா இப்பொழுது மிகத் தெளிவாகத் தெரிகிறது. அழகான நகரம். ஜப்பானியர்களுக்கே உரித்தான அதீத சுறுசுறுப்புடன் தன் தினத்தைத் துவங்கியிருக்கிறது. தொழிற்சாலை வேலைக்கு வரிசையில் நிற்கும் ஆண்கள், இருபுறக் கூடையை தோள்களில் சுமந்து செல்லும் வயதானவர்கள், பள்ளிக்குச் சென்றுகொண்டிருக்கும் சிறுமிகள், இத்தனை நாள் இல்லாமல் திடீரென பறந்து வரும் ஒற்றை விமானத்தைப் பார்த்து வியந்து நிற்கும் பெண்கள், 'ஏ! இது அமெரிக்க விமானம்! அதன் ஒலியை வைத்தே நான் சொல்லுவேன், இல்ல! இது சோவியத் செம்படை விமானம், எனக்குத் தெரியும்!' என நிரூபிக்கப் போராடும் விளையாட்டுச் சிறுவர்கள் என இரண்டு லட்சம் உயிர்கள் வான் பார்த்த வண்ணம் இருக்க...

காலை 09:13: விமானத்தில் இருந்து ஒரு மிகச்சிறிய பாராசூட் வெளியாகி, ஆடி, அசைந்து, மிதந்தபடி கீழ் நோக்கி வருகிறது. வளிமண்டலத்தின் அழுத்தத்தை அளவிடக் கூடிய அழுத்தமானிகள் அதில் இணைக்கப்பட்டிருக்கின்றன (குண்டு வெடிக்கும்போது வெளியாகும் அழுத்தத்தைக் கணக்கிட).

காலை 09:14: சடாகோ சசாகி எனும் சிறுமி தொலைவில் இருந்து பாராசூட் மிதவையைப் பார்க்கிறாள், 'என்னவாக இருக்கும் அது? எவ்வளவு அழகாக ஆடி அசைந்து இறங்குகிறது. ஒருவேளை, உணவுப் பொட்டலமாக இருக்குமோ! இல்லை, இது நிச்சயம் பறவைதான். ஆ! அப்பா சொல்லும் கதையில் வரும் ஒரகாமிக் காகித கொக்கு இது. ஆயிரம் கொக்குகள் சேர்த்தால் எதைக் கேட்டாலும் புத்தர் தருவார் என்றாரே, இதோ பிடிக்க வருகிறேன் எனப் பயங்கரத்தை நோக்கி விரைந்தாள்.

காலை 09:15: 'On your Glasses', என்று சொல்லி விமானத்தின் பின்புறக் கதவைத் திறக்கிறான் டிப்பெட்ஸ். 60 நொடிகளுக்குள் பிளாப்பின் உச்சம் அடையுமாறு இயக்கத்தைப் பொருத்தி, குண்டை விடுக்கிறான் பம்பார்டியர். ஒரு ராட்சதப் பறவையிடும் இரும்பு முட்டைபோல பின்புறத்திலிருந்து லகுவாக நழுவி, காற்று மண்டலம் தொட்டு, பலியாகக் காத்திருக்கும் அப்பாவிகளை நோக்கி அதி வேகத்தில் விரைகிறது லிட்டில் பாய்.

விடுக்கப்பட்ட 44 நொடிகளில், தரையிலிருந்து 1968 அடிகள் உயரத்தில் வெடித்துச் சிதறுகிறது அணுகுண்டு. 2000 அடி

பரப்பளவிற்குச் சூரியனைவிட மிகப்பிரகாசமான ஒளி வட்டம் தோன்றியது. இந்த ஒளி வெளியான 0.2 மைக்ரோ நொடியில் பரப்பில் இருந்த 10,000 பேர் மறைந்து போனார்கள். ஆம்! அவர்கள் இறப்பதற்குக்கூட நேரமில்லை. 0.4 நொடியில் வெளியான அதிர்வலை வெப்பம் அடுத்த 20,000 பேரை ஆவியாகச் செய்திருந்தது. 0.6 வது நொடியில் காற்றில் இருந்த வெப்பத்தின் அளவு 2.5 லட்சம் செல்ஸியஸ் டிகிரி. இது மணிக்கு 1,300 கி.மீ வேகத்தில் வட்ட வடிவில் அலைபோல பயணித்து, இரு கிலோ மீட்டர் தூரம் எதிர்ப்படும் உயிர்களையும், உலோகங்களையும், கட்டிடங்களையும் எரித்து, உருக்கி, சிதைத்து வீசியது. லிட்டில் பாய் வெடித்தபோது மூன்று அதிர்வலைகள் தொடர்ந்து வெளியானது. வெடிப்பு, நெருப்பு, கதிர்வீச்சு. முதலாவது, வெடிப்பின் தாக்கம் (Blast Impact). இரண்டாவது, வானில் வெடித்ததால் அது கீழ் நோக்கி வெளிப்படுத்தும் அழுத்தம் (Reflected Blast). மூன்றாவது கதிர்வீச்சு அலை (Radiation).

இத்தனை அதிர்விலும் தளராது இதைப் படம் பிடித்திருந்தார்கள் அமெரிக்கன்கள். வெடிப்பின் தாக்கம் 5,500 அடி உயர காளான் வடிவ மேகமாக விண்முட்டியிருந்தது. காற்று மண்டலம் சூடேறி, காற்றில் இருக்கும் அத்தனை வஸ்துகளையும் உள்நோக்கி இழுத்து சிவந்த மேகங்களாக மாறியது (After Winds). அது குளிர்ந்ததும் கருப்பு மழையாகக் கதிரியக்க வஸ்துகள் மீண்டும் மக்கள்மீது பொழிந்தது (Nuclear Fallout). நிலம், நீர், காற்று என எல்லாவற்றிலும் கதிரியக்கம், தாகத்தில் ஆற்று நீரைக் குடித்து இறந்து போனவர்கள் பலர்.

குண்டு வெடிப்பில் உடனடியாகப் பலியானவர்கள் 40,000 பேர். வெடிப்பு நிகழ்ந்த ஒவ்வொரு மணி நேரமும் இது ஆயிரக்கணக்கில் அதிகரித்தது. வெடிப்பில் உயிர் தப்பினாலும் வெளியான கதிர்வீச்சு எவரையும் விடவில்லை. முதல் பெருஒளியில் மறைந்து போனவர்கள், சிலர் நிழல்களாக இறந்த இடத்தில் பதிந்து போனார்கள். சைக்கிள் ஓட்டும் மழலை, தளர்ந்த நடை தாத்தா, விளையாடும் சிறுமி, குண்டு விழுவதைப் பார்த்து ஓடும் இளைஞன் என அவர்கள் எப்படி இருந்தார்களோ, எந்தச் செயலில் ஈடுபட்டிருந்தார்களோ, பெரு வெப்பத்தில் அப்படியே நகலாகச் சுவற்றில், நிலத்தில், படிக்கட்டுகளில் பதிவானார்கள். இந்த நியூக்ளியர் நிழல்கள்தான் அணுகுண்டு வெறியாட்டத்தை என்றும் நம் முகத்தில் அறைந்து சொல்லும் காலத்தின் சாட்சி.

தன் தேசத்தின் ஓர் அங்கம் துண்டாடப்பட்டதை ஜப்பானிய மன்னர் அறியவில்லை. இதுபோன்ற ஒரு செயற்கைப் பிரளயம் சாத்தியமே

குண்டு வெடிப்பின் பெரு வெப்பத்தில் அப்படியே நகலாகச்
சுவற்றில், நிலத்தில், படிக்கட்டுகளில் பதிவானவர்களின் இந்த
நியூக்ளியர் நிழல்கள்தான் அணுகுண்டு வெறியாட்டத்தை
என்றும் நம் முகத்தில் அறைந்து சொல்லும் காலத்தின் சாட்சி.

இல்லை என்று நம்பியிருந்தார்கள். ஹிரோஷிமாவைத் தொடர்பு கொள்ளும் எல்லா முயற்சிகளும் தோல்வியடைய, ஓர் இளம் அதிகாரி டோக்கியோவில் இருந்து விமானத்தில் வந்து பார்வையிட்ட பிறகே, அழிவின் நிதர்சனம் புரிந்தது. 16 மணி நேரங்களுக்குப் பிறகு அமெரிக்க அதிபர் ட்ரூமன், ஜப்பானின் ராணுவத் தளங்கள் நியூக்ளியர் குண்டால் அழிக்கப்பட்டது என்று அறிக்கைவிட, 'அணுகுண்டு' என்ற வார்த்தையை அப்போதுதான் உலகம் அறியப் பெற்றது.

தாக்குதலைச் சரிவர அறிவதற்குக்கூட ஜப்பானுக்கு அவகாசம் தரவில்லை. அடுத்த தாக்குதலுக்கு நாள் குறித்தது அமெரிக்கா. அதுவும் எப்படி? ஐந்து நாட்கள் இருந்த கால அவகாசத்தை மூன்று நாட்களாகக் குறைத்து, இரண்டாவது தாக்குதல் ஆகஸ்ட்-9 என்று முடிவு செய்தது. இதற்கு மோசமான வானிலையைக் காரணம் கூறியது அமெரிக்கா. ஆனால் ஜப்பான் சரணடைந்துவிட்டால், இரண்டாவது குண்டான FATMAN ப்ளூட்டோனிய வகையை ஒரு நகரத்தின்மீது சோதனை செய்ய இயலாமல் போய்விடுமோ என அவசரம் கொண்டதாகவும் சில மாறுபட்ட கருத்துக்கள் நிலவுகின்றன.

ஆகஸ்ட் 9, 1945.

காலை 3:00: 6.5 கிலோ ப்ளூட்டோனியம்-239 பயங்கரம் நிரப்பப்பட்ட 4500 கிலோ FATMAN எமன் B29விமானத்தில் ஏற்றப் பட்டான். அதற்குச் சில வினாடிகள் முன்பாக, அமெரிக்க ராணுவ வீரர்கள் சிலர், FATMAN குண்டின் மீது தங்கள் பெயர்களைக் கையெழுத்திட்டனர். சில வாக்கியங்கள்கூட எழுதப்பட்டன. 'A Second kiss for Hirohito' என ஜப்பானிய மன்னருக்கும், 'Here's to you' என மக்களுக்கும் எழுதப்பட்ட வாக்கியங்கள், அணுகுண்டை விடப் பயங்கரமானது அமெரிக்கா என்பதை இன்றும் பறைசாற்றும்.

தாக்குதலுக்குக் கிளம்பும்முன் தன் வேலையைக் காட்டியது இயற்கை. 640 கேலான்கள் கொண்ட விமானத்தின் ரிசர்வ் எரிபொருள் பகுதி வேலை செய்யவில்லை. பழுது பார்க்க முயன்றார்கள், முடியவில்லை. இவ்வளவு பெரிய குண்டை இன்னொரு விமானத்திற்கு மாற்றுவது சாத்தியமே இல்லை, திட்டத்தைக் கைவிடுவதுதான் உசிதம் என சிலர் கூறினார்கள்.

'வேண்டாம், பிரதான எரிபொருள் போதும். கொகுராவை அடைந்து விடலாம்!' என்றான் விமானி சார்லஸ்.

காலை 3:47: BOCKSCAR விமானம் கிளம்பியது. சற்று நேரத்தில் புகைப்படம் மற்றும் வானிலையை நோட்டம் காணும் துணை விமானங்களும் கிளம்பின. அண்டை நகரம் ஹிரோஷிமாவின் துயரில் வருந்தியிருந்த 'கொகுரா' அமைதியாக உறங்கியிருந்தது.

ஆறுமணி நேர பயணத்திற்குப் பிறகு, திட்டமிட்டபடி ஒரு குறிப்பிட்ட இடத்தில் BOCKSCARன் வருகைக்காக மற்ற விமானங்கள் காத்திருந்தது. அப்பகுதிகளில் புயல் மையம் கொண்டிருந்ததால் அனைவர் முகத்திலும் பதைபதைப்பு. தாக்குதலைப் படம் பிடிக்கவேண்டிய THE BIG STINK விமானம் இன்னும் வந்த பாடில்லை. ஏற்கெனவே இருக்கும் எரிபொருள் பற்றாக்குறையில், இந்தப் பிரச்னை வேறா என சில நிமிடங்கள் தொடர்ந்து பறந்தபடியே துணை விமானத்திற்காகக் காத்திருந்தது BOCKSCAR.

THE BIG STINK துணை விமானத்தில், தாக்குதலைப் படம் பிடிக்க வேண்டிய கேமரா நிபுணர் ராபர்ட் செர்பர், தனது பாராசூட்டை அணிய மறந்ததால், இறுதி நொடிகளில் அவர் விலக்கப்பட்டு மேஜர் ஹாப்கின்ஸ் வசம் பொறுப்பு தரப்பட்டது. அதுதான் தாமதம். ஒரு வழியாக இவ்விமானமும் வந்து சேர, நான்கு விமானங்களும் கொகுராவை நோக்கிப் பறந்தன.

விடுவதாக இல்லை, இயற்கை. பயணத்தைத் தொடர்ந்த சில வினாடிகளில் குண்டின் பச்சைப் பொத்தான் அணைந்து சிவப்பு உயிர் பெற்றது. என்னவென்று பார்த்ததில் Firing Circuit-ல் கோளாறு எனக் கண்டுபிடிக்கப்பட்டது. தாக்குதலை கைவிடு வோமா என்று பேச்சிற்குக் கூட யோசிக்கவில்லை. பயணித்த படியே 30 நிமிடங்களில் கோளாறு சரி செய்யப்பட்டு மீண்டும் பச்சைப் பொத்தானுக்கு உயிரளித்தார்கள். கொகுராவிலும், நாகசாகியிலும் வானிலை தெளிவாக உள்ளது எனத் தகவல்கள் வர, அதிவேகமெடுத்துப் பறந்தது BOCKSCAR.

ஜப்பான் நேரம், காலை 09:00 மணியளவில் கொகுராவை நெருங்கியது விமானம். விமானத்தைப் பார்த்ததும் அபாய சங்குகள் ஒலிக்கத் தொடங்கின. குண்டை இறக்கத் தயாரானது குழு. ஆனால் முடியவில்லை. கொகுரா வானம் முழுவதும் புகை மேகங்கள் படர்ந்திருந்தது. நிலப்பகுதி தெரியவில்லை. இலக்கு கண்ணுக்குத் தெரிந்தால் மட்டுமே குண்டு விடுக்கப்படவேண்டும் என்பது கட்டளை. BOCKSCAR திணறியது. ஏற்கெனவே எரிபொருள் போதாத நிலை. 50 நிமிடங்களாக கொகுராவை வட்டமிட்டு, மூன்று

முறை குண்டை வீச எத்தனித்தார்கள். ஒருதுளி இடைவெளியைக் கூட புகை மேகங்கள் தரவில்லை.

FATMAN குண்டைத் தடவியபடி ஏமாற்றமாக அமர்ந்திருந்தான் பம்பார்டியர் கெர்மிட் பீஹான் (Kermit Beahan). அவனது ஆர்வத்தில் ஒரு குரூரம் இருந்தது.

பீஹானுக்கு அன்று பிறந்த நாள்.

'தாக்குதலை கைவிடப் போகிறோமா? என்றான் ஏமாற்றமாக.'

எரிபொருள் அளவைச் சோதித்தான் விமானி சார்லஸ். அது தரையிறங்குவதற்கு மட்டுமே போதுமானதாக இருந்தது. ஓகினாவா தீவில்தான் தரையிறக்கம். செல்லும் வழியில்தான் நாகசாகி உள்ளது. ஒரு முடிவு செய்தவனாகச் சொன்னான் சார்லஸ், 'No! Mission is still a go!'

நாகசாகியை நோக்கிப் பறக்கத் துவங்கியது BOCKSCAR. அதன் எரிபொருள் சுட்டி கடைசி சிவப்பில் மிளிர்ந்தது. நாகசாகி முதலில் விடுக்கப்பட்டு இரண்டாம் நிலைத் தேர்வாக சேர்க்கப்படுவதற்குக் காரணம், அதன் நிலப்பரப்பு. அணுகுண்டுத் தாக்குதலுக்கான சமவெளி இல்லை. மலைகளுக்கு நடுவே சிறு குன்றுகள்மீது அமைந்த நகரம் அது. அதனால் அது விடுக்கப்பட்டிருந்தது. ஆனால் 'க்யோட்டோ' பாரம்பரியத்தளம் என்று விலக்கப்பட, இரண்டாம் நிலை தேர்வாக நாகசாகி முடிவானது. அதுவே அதன் முடிவும் ஆகிப்போனது.

விமானி சார்லஸுக்கு ஒரு குழப்பம். விமானங்கள் நோட்டம் பார்த்தபோது தெளிவாக இருந்த 'கொகுரா' வானம் எப்படிச் சில மணி நேரத்தில் புகை மூட்டமானது. ஜப்பானின் வானிலை விந்தையானது என்று நினைத்தான். கொகுராவைக் காப்பாற்றிய புகைமூட்டம் இயற்கையாகச் சூழ்ந்ததே என்றும், அமெரிக்க விமானங்கள் நோட்டம் பார்த்தபோதே அடுத்த இலக்கு நாம்தான் எனப் புரிந்து, கொகுரா மக்கள் இணைந்து தொழிற்சாலைகளில் இருந்து வெளியேற்றிய புகைதான் அது என்றும் இருவேறு கருத்துகள் நிலவுகிறது. மூன்றுமுறை முயன்றும் குண்டுவீச்சில் இருந்து தப்பியதால் 'Kokura's luck' என்றொரு வழக்கு வாக்கியம்கூட இதன்பால் உருவானது.

நாகசாகியை நெருங்கியது BOCKSCAR. 'கொகுரா போல மூன்று முறை எல்லாம் முயற்சிக்க முடியாது. ஒரே ஒருமுறை, ஒரு முறைக்குத்தான் எரிபொருள் உள்ளது. தயாராகுங்கள்' என்றான்

சார்லஸ். பாராசூட் மற்றும் கவச உடைகள் சகிதம் தயாரானது குழு. வெடிப்பைக் காட்சிப்படுத்த முன்னோக்கிப் பறந்தது THE BIG STINK.

நாகாசாகியின் வானிலும் புகை மேகங்கள் சூழ்ந்திருந்தன. எங்காவது இடைவெளி தெரிகிறதா எனப் பதைபதைப்புடன் தேடினான் பீஹான். எங்கும் இல்லை, மீண்டும் தேடினான். ஏதோ தெரிந்தாற்போல இருந்தது.

திட்டத்தைக் கைவிட்டு இருக்கும் சொச்ச எரிபொருளில் தரையிறங்குவோம் என சார்லஸ் நினைத்தபோது, அலறினான் பீஹான்.

'நான் பார்த்து விட்டேன், அதோ ஓர் இடைவெளி!'

பீஹான் சுட்டிய இடத்தில் மேகங்களில் இடைவெளி இருந்ததா? இல்லையா? என்பது இன்றுவரை புரியாத ஒரு புதிர். விமானத்தின் பின்புறக் கதவு திறக்கப்பட்டது. நாகாசாகியின் மீது இலக்கெல்லாம் இன்றி எதோ ஓர் இடத்தில் விடுக்கப்பட்டது FATMAN. தரைக்கு மேல் 1840 அடி உயரத்தில் வெடித்துச் சிதறியது அணுகுண்டு. 22,000 டன் வெடிசக்தியை அது உமிழ்ந்தது.

ஐந்து முறை எழுந்த அழுத்த அலைகள், நொடிகளில் மக்களைக் கொன்று குவித்தன. ஆயிரக்கணக்கில் ஆவியானார்கள், மறைந்து போனார்கள். வெறும் நிழல் அச்சாகச் சுவர்களில் பதிந்து போனார்கள். எங்கும் புகை, இடிபாடு, ரத்தம், சதை என மரண ஓலம் பிரபஞ்சத்தை அதிர வைத்தது. 50,000க்கும் மேற்பட்ட மக்கள் இத்தாக்குதலில் இறந்து போனார்கள். தாக்குதலை நிகழ்த்திய விமானம் எரிபொருள் இன்றி, தடுமாறி, ஓடுதளத்தில் மோதி இறங்கியது. எவ்வித சேதமுமில்லாமல் தப்பித்தது BOCKSCAR குழு.

தம் தேசத்தின் பேரழிவைக் காணச் சகிக்காமல் அமெரிக்காவின் கால்களில் விழுந்தார், மன்னர் ஹிரோஹிட்டோ. இரண்டு லட்சம் மக்களைப் பறிகொடுத்த ஒரு தேசம், பலி வாங்கிய ஓர் அதிகாரத் திமிரிடம் சரணடைவதாக ஆகஸ்ட் 15, 1945ல் அறிவித்தது.

ஆகஸ்ட் 15! என்ன ஒரு தினம்! அதே நாள், இரண்டு வருடங்களில் தம் தேசம் அடைய இருக்கும் சுதந்திரத்தை எதிர்நோக்கி, பிரிட்டனின் கடைசிக் கட்ட நிபந்தனைகளை மறுத்து, சுதந்திரம் மட்டுமே தீர்வு என முழங்கிக் காத்திருந்தார் ஒரு கிழவர். ஒரு பூவை விட மென்மையான அவரிடம், அணுகுண்டைக் காட்டிலும் ஆயிரம் மடங்கு சக்தி வாய்ந்த ஆயுதம் இருந்தது. அச்சு நாடாவது,

நேச நாடாவது, ஆள நினைத்த அத்தனை நாடுகளையும் கதிகலங்க வைத்த ஆயுதமது!

'அன்பு நண்பா, மனிதத்தின் பெயரால் இக்கடிதத்தை எழுதுகிறேன்! நீ நினைத்தால் உலகில் போர்களை நிறுத்தி அன்பை மலரச் செய்யலாம். செய்வாய் என நம்புகிறேன்', என ஹிட்லருக்கே கடிதமெழுதி அன்பை போதிக்கும் துணிவு உலகில் ஒரே ஓர் ஆத்மாவிற்குத்தான் இருந்தது. அதனால்தான் அவர் மகாத்மா என அழைக்கப்பட்டார். அவர் கொண்டிருந்த ஆயுதம், அஹிம்சை.

இயல்பாகவே விவரமறியா வெள்ளந்தி மனிதர்களையும், எளிதில் நம்பும் இதயங்களையும் கொண்டிருந்த இந்தியா, தன் 190 வருட அடிமைச் சங்கிலியை உடைத்தெறிந்து, விடுதலைக் காற்றை சுவாசிக்கத் தயாரான வருடமது. வெள்ளையனே வெளியேறு இயக்கத்தால் 3 வருடங்களாகச் சிறை பிடிக்கப்பட்டிருந்த இந்தியாவின் பெரும்பான்மைத் தலைவர்கள் இதே தினத்தில் விடுதலை அடைந்தனர்.

உலகின் பெரும் பேரழிவு நிகழ்ந்த 1945ம் வருடம், இந்தியா தனது அறிவியல் பயணத்தின் ஆரம்ப அடிகளை எடுத்து வைத்தது. எச்சூழ் நிலையிலும் அணுவை ஆக்க சக்தியாக மட்டுமே பயன் படுத்துவோம் என நெஞ்சை நிமிர்த்தி சூளுரைத்து Tata Institute of Fundamental Research பணிகளைத் துவக்கினார் இந்திய அணுவியலின் தந்தை ஹோமி பாபா. பாரதம் குறித்த பல்வேறு கனவுகளுடன் அதை வாழ்த்தி வரவேற்றார் ஜவஹர்லால் நேரு. முற்போக்குச் சிந்தனைகளும், நவீனத் திட்டங்களும் கொண்ட தலைவர் மட்டுமல்ல நேரு, குழந்தைகளுக்கும் பிடித்த குணவான் அவர்!

குழந்தைகள்! ஆம்! ஹிரோஷிமா தாக்குதலில் கொக்கு என்று நினைத்து குண்டை நோக்கி விரைந்த சிறுமி சசாகி என்ன ஆனாள்? தாக்குதலில் அதிர்ஷ்டவசமாக சடாகோ சசாகி உயிர் பிழைத்தாலும் கதிர்வீச்சு அவளை சிறிது சிறிதாகக் கொல்லத் துவங்கியது. 'லுகேமியா' உட்பட பலவித பாதிப்புகளால் மருத்துவமனையில் அவள் நாட்களை எண்ணிக் கொண்டிருந்தாள்.

அவளது ஒரே கவலை! எப்படியாவது உயிர் மீள வேண்டும், ஆயிரம் காகிதக் கொக்குகளை மடித்து புத்தரிடம் வேண்டுதல் வைக்க வேண்டும். தரைமட்டமாகிப் போன என் நகரத்தையும், இறந்து போன எங்கள் குழந்தைகளையும், மக்களையும் திருப்பித் தாருங்கள் எனக் கேட்கவேண்டும். அவர் தருவார் என நம்பினாள். 'ஒரகாமி'

காகிதக் கொக்குகளை மடிக்கத் துவங்கினாள். உயிர்கள் காற்றாகிப் போன அவல தேசத்தில் காகிதங்களுக்கு எங்கு போவது? மனம் தளரவில்லை சசாகி. உயிர்வலி பொறுத்து ஒவ்வொரு அறையாகச் சென்றாள். மருந்துச் சீட்டு, எரிந்த காகிதங்கள், குப்பைகள் என எதையும் விடவில்லை. சிறுகச் சிறுகச் சேர்த்து 630 காகிதக் கொக்குகள் மடித்தாள். இன்னும் சில நாட்கள்தான், ஆயிரம் செய்து விடுவேன், பிறகு புத்தர் சிரிப்பார், என் தேசம் மீண்டும் உயிர் பெறும் என நம்பினாள்.

ஓர் இரவு, கொக்குகளை மடித்திருக்கும்போதே தந்தையின் மடியில் மடிந்து போனாள் சசாகி. பெரும் இழப்புகளை, அழிவுகளைக் கண்டிருந்தாலும் இச்சிறுமியின் மரணம் ஜப்பானைக் கலங்கடித்தது. மருத்துவமனை எங்கிலும் ஒரு மயான அமைதி நிறைந்திருந்தது. மானுடத்தின் மீது சசாகி கொண்டிருந்த நம்பிக்கை வீண் போகக்கூடாது. சடலமாகிப்போன தன் மகளின் கைகளில் இருந்த காகிதத்தை எடுத்து, அடுத்த கொக்கை மடித்தார் அவள் தந்தை. கீழே சிதறியிருந்த காகிதங்களில் ஒன்றை எடுத்து, வழியும் கண்ணீரைத் துடைத்தபடி இன்னொரு கொக்கை மடித்தான் யாரோ ஒரு சிறுவன். இப்படி யாரோ ஓர் அம்மா, யாரோ ஓர் அப்பா, எத்தனையோ நோயாளிகள், பள்ளித்தோழிகள், மருத்துவர்கள் என ஒன்று சேர்ந்து, மடித்து ஆயிரம் கொக்குளையும் அவளது சவப்பெட்டியில் கொட்டி சசாகியைப் புதைத்தார்கள்.

சவப்பெட்டிக்குள் ஒரே இருள். காகிதக் கொக்குகள் சசாகியை எழுப்பியது. அவளை இழுத்துக்கொண்டு மேகங்கள் கடந்து, விண்மீன்கள் கடந்து, உயர உயரப் பறந்தது. விழித்த சசாகி சொன்னாள், 'என்னை விடுங்கள், நான் புத்தரைக் காணவேண்டும், உயிர்களை மீட்க வேண்டும்'.

பறந்து கொண்டிருந்த கொக்குகளில் ஒன்று, அவள் அருகில் வந்து சொன்னது, 'நீதான் புத்தர்'!

4

விண்வெளிப் போர்

இந்தியாவின் விண்வெளிச் சாதனைகளும் அணு அறிவியலும் ஒன்றோடொன்று தொடர்பு கொண்டவை. அணுசக்தி ஆணையத்தின் ஒரு பகுதியாகத்தான் துவங்கியது, இஸ்ரோவின் ஆரம்ப காலங்கள். அறிவியலைவிட அணுசக்தி அப்போதைய தேவையாக இருந்தது, காரணம், ஒரு நாட்டின் அடிப்படைத் தேவைகளில் ஒன்றான மின்சாரத்தை அது உருவாக்கியது. அணுமின் என்பது ஆக்கம், ஆனால் அணு ஆயுதம் அபாயமாயிற்றே!

பிறகு ஏன் இந்தியா அணு ஆயுதம் தயாரித்தது?

1939களில், அணு ஆயுதத் தயாரிப்பைத் துவக்கும் முன்பு ஒரு முடிவு செய்திருந்தது அமெரிக்கா. வெற்றியோ, தோல்வியோ பரம ரகசியம் காக்கவேண்டும். 'மன்ஹாட்டன் ப்ராஜெக்ட்' குறித்த எந்தச் செய்திகளும் எவருக்கும் தெரியக்கூடாது என ரகசிய இடத்தேர்வு, பலகட்ட சோதனைகளுக்குப் பிறகு ஆட்கள் தேர்வு, அனுமதிகளில் கடும் கட்டுப்பாடு என தடாலடிக் கெடுபிடிகளை வைத்தது.

அமெரிக்க உளவுப்பிரிவு CIAவின் நேரடிப்பார்வையில் இயங்கிய இத்திட்டம் உள்ளூர் காவச்சாமி FBIக்கு தெரியவே பல வருடங்கள் பிடித்தது. அத்தனை ரகசியம் இந்த மன்ஹாட்டன் ப்ராஜக்ட். 'ட்ரினிட்டி' அணுகுண்டுச் சோதனை வெற்றிகரமாக நிகழ்ந்த

மறுநாள், Potsdam சந்திப்பில் அமெரிக்க அதிபர் ட்ரூமன், சோவியத் அதிபர் ஸ்டாலினிடம், கண்களில் பெருமை மின்ன, 'நாங்கள் வெற்றிகரமாக அணு ஆயுதம் கண்டுபிடித்துவிட்டோம்' என்றார்.

எவ்வித ஆச்சரியமுமின்றி ஸ்டாலின் வெறுமையாகப் புன்னகைக்க, நாம் சொன்னது இவருக்குப் புரியவில்லை போலும் என நினைத்து, 'உலகின் ஆற்றல் மிகு சக்தி, அனைத்தையும் ஒரு வினாடியில் அழிக்க வல்லது, இப்போது எங்கள் வசம்' என்று தெளிவாகச் சொன்னார் ட்ரூமன். மறுபடியும் ஸ்டாலின் அமைதியாகப் புன்னகைக்க, 'போங்கடாங்க!' என ட்ரூமன் கடுப்பாகி CIA வை விசாரிக்கச் சொல்ல, அதிர்ந்து போனது அமெரிக்கா. மன்ஹாட்டன் ப்ராஜெக்ட் கம்பிவேலியை எகிறிக் குதித்து ஓடிக்கொண்டிருந்தான் ஒரு சோவியத் உளவாளி. அணுகுண்டு உருவாக்கத்தின் தலைமைக் குழுவில் இயற்பியல் வல்லுனன் அவன். முதல் நாள் துவங்கி அப்போதுவரை அனைத்துத் தகவலையும் அதி சிரத்தையாக சோவியத் யூனியனிடம் தாரை வார்த்திருந்தான்.

'அவன் பெயரென்ன?', உறுமினார் அதிபர் ட்ரூமன்.

Klaus Fuchs என தலை சொறிந்தது CIA.

பெயரைக் கேட்டதும் ஸ்டாலினின் நகைப்பிற்கு அர்த்தம் விளங்கியது. எதைக் கட்டிக்காக்கவேண்டும், எதை வைத்து உலகைப் பணிய வைக்கவேண்டும் என அமெரிக்கா நினைத்ததோ, அந்தப் பிரபஞ்ச ரகசியம் 'அந்தோ பரிதாபம்' என சோவியத் கைகளில் சென்று சேர்ந்திருந்தது. விளைவு! நான்கே வருடங்களில் அணு ஆயுதம் தயாரித்தது சோவியத் ஒன்றியம்.

ஆகஸ்ட் 29, 1949ல் சோவியத்தின் முதல் அணுகுண்டுச் சோதனையான First Lightning வெற்றிகரமாக நிகழ்ந்தேறியது. அதில் வெடிக்கப்பட்ட குண்டு, அமெரிக்காவின் FATMAN குண்டின் அட்சர காப்பியாக இருக்க கடுப்பான அமெரிக்க அதிபர் ட்ரூமன், நியுக்ளியர் அணு ஆயுதத்தைவிட அதி ஆற்றல் வாய்ந்த ஆயுதத்தை அமெரிக்கா கண்டுபிடிக்கும் எனக் கறுவினார். துவங்கியது வரலாற்றுப் பனிப்போர். துவங்கியது என்பதைவிட முதலாம் உலகப்போரின் இறுதியில் இருந்தே இரு நாடுகளுக்குள் புகைச்சல் இருந்தது என்பதே சரி. Communism Vs Capitalism, பொது உடைமைக்கும், முதலாளித்துவ சித்தாந்தத்திற்குமான புகைச்சல் இது. ஒரு காந்தத்தின் இரு துருவங்கள்போல நேச நாடுகள் எனச் சேர்ந்திருந்தாலும், விலகியே இருந்தது அமெரிக்காவும்

சோவியத்தும், இந்தப் புகையைப் பகையாக மாற்றியது அணு ஆயுதம்.

அமெரிக்கா விடுவதாக இல்லை, நியூக்ளியர் அணுகுண்டுக்கு மாற்றாக Thermo nuclear எனும் ஹைட்ரஜன் அசுரனைக் கண்டுபிடித்தது. முதலாவது FISSION பயங்கரம் என்றால், இது FUSION பயங்கரம். ஆற்றலும் அழிவும் பத்துமடங்கு அதிகம். 'Test George' என்ற பெயரில் ஹைட்ரஜன் குண்டைச் சோதனை செய்து ஒரு தீவை பஸ்பமாக்கியது. ஒன்றல்ல, இரண்டல்ல! 45 சோதனைகளைத் தொடர்ந்து நிகழ்த்தியதில் ஏனிவெடாக் தீவுகளைச் சுற்றியுள்ள மொத்த உயிரினங்களும் காலி. காற்று மண்டலமும், சுற்றுச்சூழலும் கடுமையாகப் பாதிக்கப்பட்டது. கதிரியக்க வஸ்துகள் தொடர் மழையாகப் பொழிந்து, கடலின் நிறமே கருமையாக மாறிப்போனது. இருந்தும் விடாமல் சோதனைகளைத் தொடர்ந்தார்கள். நிலத்திற்கடியில், நீருக்கடியில் என ரகம் ரகமாக வெடிப்புகளை நிகழ்த்தியது அமெரிக்கா.

போதாமைக்கு ஹைட்ரஜன் தெர்மோ குண்டு சோவியத் வசமும் வர, வாணவேடிக்கை அடுத்த கட்டத்தை எட்டியது. 'அமெரிக்காவைப் போல நாங்கள் அழிவிற்குப் பயன்படுத்த மாட்டோம், பாருங்கள் எங்கள் பராக்கிரமத்தை' என ஒரே குண்டில் 1330 அடி சுற்றளவும் 330 அடி ஆழமும் கொண்ட பெரும் பள்ளத்தை உருவாக்கி, அதில் அருகில் இருந்த ஆற்று நீரை நிறைத்தார்கள். 'என்னடா இது?' என உலகம் வினவியதற்கு, 'மக்கள் பயன்பாட்டிற்காக நொடியில் உருவாக்கிய ஏரி இது' எனப் பெருமையாக மார் தட்டியது சோவியத். 'அட மக்குகளா!' எனத் தலையில் அடித்துக் கொண்டது பிரபஞ்சம். காரணம், கதிரியக்கம்.

Lake Chagan or Atomic Lake என அறியப்படும் இந்த ஏரியில் கடந்த 50 ஆண்டுகளில் ஓர் உயிர்கள்கூடத் தோன்றவில்லை. உயிரினங்கள் இதன் அருகில்கூடச் செல்வதில்லை. அவ்வளவு கதிர்வீச்சையும் நச்சுத்தன்மையும் கொண்டது இதன் நீர். இப்புவிப்பரப்பின் அனைத்து ஜீவராசிகளும் நிராகரித்த நீர்நிலை இதுவாகத்தான் இருக்கும். இந்த நியூக்ளியர் ஏரியிலிருந்து 'காட்ஜில்லா' போல விசித்திர ஜந்து ஏதேனும் பிறந்து வந்தால்தான் உண்டு. ஆக, அளவுக்கு மிஞ்சினால் அமிர்தம் மட்டுமல்ல, மனிதனிடம் சிக்கிய அணுவும் நஞ்சாகிப் போனது.

இந்த தாதாக்களின் தீபாவளிகளைக் கண்டு உலக நாடுகள் பதறி நடுங்கியது. இரு நாட்டு மக்களையும் பயம் அணுதினமும்

வதைத்தது. பூமியை விட்டுங்கடா! என ஐக்கிய நாடுகள் கூட்டமைப்பு இரு நாடுகளிடமும் மன்றாடியது. இரண்டாம் உலகப்போரின் இறுதியில் 50 நாடுகள் ஒருங்கிணைந்து உருவாக்கியதே ஐக்கிய நாடுகள் சபை. உலக நாடுகளுக்கு இடையேயான பிரச்னைகளைத் தீர்த்து வைத்து, அவர்களுக்குள் நல்லிணக்கம் ஏற்படுத்தி, என்றும் அமைதி நிலவச் செய்வதே இதன் தலையாய நோக்கம்.

ஆனால் 'பாட்ஷா'வுக்கும், 'ஆண்டனி'க்கும் நல்லிணக்கம் ஏற்படுத்த முடியுமா? முடியாது. என்றாலும் பாம் வைப்பதற்கு ஒரு தற்காலிக முடிவு கொண்டு வரப்பட்டது. ஆனாலும் பனிப்போர் முடியவில்லை. இன்னும் உக்கிரம் கொண்டது. இரு நாடுகளும் தங்கள் பொருளாதாரம், ராணுவம், ஆயுத பலம், வெளிநாட்டு உறவுகள், எல்லைகள் என அனைத்தையும் விரிவுபடுத்தியது. அதிகாரத்தைப் பலப்படுத்தியது. இப்போதைய ஒரே தேவை, தங்கள் வலிமையை நிரூபிக்க பூமியைப்போல மற்றுமொரு களம். என்ன செய்யலாம் என இரு நாடுகளும் மேலே பார்த்து யோசித்தன.

வானம்! கவிதைகளில் பூமிப்பந்தின் பொதுக் கூரை, அறிவியலில் பிரபஞ்ச தரிசனத்திற்கான பெருவழி. காற்றாகவும், மழையாகவும், ஒளியாகவும், இப்பூவுலகின் உயிர்கள் அனைத்திற்கும் பொதுவானது வானம். பூமியின் அனைத்துமே ஏதோ ஒரு விதத்தில் வான் சார்ந்திருந்தது. வந்தது, வாழ்வது, வருவது என அனைத்துமே அதன் கொடையாகப் பார்க்கப்பட்டது. அதன் பொருட்டோ என்னவோ, பூமியில் பிறந்தாலும், உயிர்கள் வான் பார்த்து வணங்கி நின்றன. மனிதனை மனிதனாக மாற்றியது சிந்தனை. அதன் பெரும்பகுதியை வான் குறித்தே சிந்தித்தான் மனிதன். என்னதான் இருக்கிறது அங்கே! நீல வானம், சூரியன், நிலா, கணக்கில்லா விண்மீன்கள், எத்தனை முறை பார்த்தும் சலிக்கவுமில்லை, விளங்கவுமில்லை. ஏன்! ஒருவேளை உயிர்களைப் படைத்த இறைவன் அங்கிருக்கிறாரோ?

இருக்கலாம். சிலருக்கு வானத்தில் கடவுள், சிலருக்கு வானமே கடவுள்.

அந்த வானத்தில் நுழைந்து விண்வெளியை அளப்போம் என நான்கு நாட்கள் இடைவெளியில் இரு நாடுகளும் அறிவித்தது. ஆகஸ்ட் 2, 1955ல் அதிகாரப்பூர்வமாக துவங்கியது விண்வெளிப் போட்டி. சரி! வானை அடைவதென்பது எளிதா? எளிதுதான்! வண்டியைக் கிளப்பி வளிமண்டலங்கள் கடந்துவிட்டால் அடுத்த நிறுத்தம்

விண்வெளிதான். போதையில் மிதப்பதுபோல சுற்றுப்பாதையில் சற்று நேரம் மிதந்துவிட்டு வந்துவிடலாம்.

அட! அவ்வளவு தானா... சரி! எப்படிச் செல்வது?

சிம்பிள்! பூமியில் உள்ள அனைத்துப் படைப்புகளையும், காற்று மண்டலங்களையும், 'நீங்களே கதி' என நம்மைச் சுற்றி வரும் நிலாவையும் இழுத்துப் பிடித்திருப்பது பூமியின் ஈர்ப்பு விசை. அந்தப் பூமியை தன் குடும்பத்தில் இழுத்துப் பிடித்திருப்பது சூரியனின் ஈர்ப்பு விசை. நம் சூரியக் குடும்பம், 400 பில்லியன் விண்மீன்கள், 100 மில்லியன் கோள்கள், கருந்துளைகள் என கோடானுகோடி குடும்பங்களை ஒரு சேர இணைத்துப் பிடித்திருப்பது சுருள்வடிவ 'கேலக்சி' விசை. இப்படி நாம் இணைந்திருக்கும் இந்த மெகா ராஜ்ஜியத்தின் பெயர் பால்வெளிப் பேரடை (Milky way). இது போன்ற எண்ணற்றப் பேரடைகள் இணைந்தது GrG எனக் குறிக்கப்படும் Local group. இந்த உள்ளூர்க்கூட்டங்கள் இணைந்திருப்பதன் ஒரு பகுதி Virgo Super-cluster. அப்புறம் இதன் மற்றோர் பகுதி, போதும்! விண் செல்வது சற்றுக் கடினம்தான் என ஒப்புக்கொண்டீர்களா! இருந்தும் இதைச் சொல்லியே ஆக வேண்டும், விட மாட்டேன்.

நம் பூமியை ஐந்து வளிமண்டல அடுக்குகள் காக்கின்றன. சூரியனின் புறஊதாக்கதிர்களை ஈர்த்து, பூமியின் வெட்ப கதகதப்பை மீட்டு, எரிகற்கள் நம் மண்டையில் விழாமல் காப்பதுவரை அனைத்தையும் செய்வது இந்த வளிமண்டல அடுக்குகள்தான். தரையிலிருந்து வானில் 700 கி.மீ வரை உள்ள இந்த வளிமண்டலம் 78% நைட்ரஜன் வாயு, 21% நம் பிராண வாயு ஆக்ஸிஜனால் உருவானது. மீதம் ஒரு சதவிகிதம், பிற வாயுக்களால் ஆனது. பூமியில் இருந்து விண்வெளிக்குச் செல்லும் / வரும் எந்தப் பொருளும் இந்த ஐந்து அடுக்குப் பாதுகாப்பைக் கடந்துதான் பயணிக்கவேண்டும். தரைப்பரப்பில் இருந்து 12 கி.மீ தொலைவு வரை முதலாவது அடுக்கு, பெயர் அடி வளிமண்டலம் (Troposphere). நாம், மழை, மேகங்கள், காக்கா எச்சமிடுவது எல்லாம் இங்கிருந்துதான்.

அடுத்து 50 கிமீவரை இருப்பது படை மண்டலம் (Stratosphere). ஓசோன் அடுக்கு, 'எங்க ஏரியா உள்ள வராதே' என சூரியனின் புறஊதாக்கதிர்களை கிரகித்து வெறும் வெப்பமாக பூமிக்கு அனுப்பும் முக்கியப்பணி இங்கு நடைபெறுகிறது. அடுத்து 80 கி.மீ வரை இடைமண்டலம். (Mesosphere) இதைக் கடந்ததும் 100வது கிலோ மீட்டரில் எல்லைக்கோடு வருகிறது. ஆம்! பூமிக்கும்

விண்வெளிக்குமான எல்லை 'கார்மன் கோடு' என நிர்ணயிக்கப் பட்டுள்ளது. இதைக் கடந்துவிட்டால் அதிகாரபூர்வமாக அதுதான் விண்வெளி. அடுத்து 700 கி.மீ வரை வெப்ப வளிமண்டலம் (Thermosphere). செயற்கைக்கோள்கள் மற்றும் சர்வதேச விண்வெளி நிலையம் பயணிக்கும் சுற்றுவட்டப் பாதை. அதைத் தொடர்ந்து 10,000 கி.மீ வரை புற வளிமண்டலம் (Exosphere).

சரி! புவி ஈர்ப்பு விசையை எதிர்த்து எப்படி இவ்வளவு உயரம் பயணிப்பது? ராக்கெட் எனும் ஏவூர்தி எப்படிப் பறக்கிறது? நியூட்டனின் மூன்றாம் விதிதான் பதில், எரிபொருள் எரியூட்டப் பட்டு கீழ்நோக்கி விடுக்கப்படும் வெப்பம், விசையாக மாறி ராக்கெட்டை மேல் நோக்கிச் செலுத்துகிறது. வெயிலில் நிற்கும் பைக்கின் இருக்கையில் அமர்ந்ததும், கண்கள் சிவந்து, துள்ளிக் குதித்து எழுகிறோம் இல்லையா, அதே கோட்பாடுதான். புவிப் பரப்பில் இருந்து கிளம்பும் எந்தப் பொருளும் மணிக்கு 30,000 கி.மீ வேகம் பயணித்தால் மட்டுமே ஈர்ப்பு விசையில் இருந்து தப்ப முடியும். 'ராக்கெட் வேகத்தில் போறான்பா' என்பது இதுதான். விண்ணுலகம் அடைந்தார் எனப் போஸ்டர் ஒட்டுவது நிச்சயம் இதனால் இல்லை. சரி, இதில் உள்ள சிக்கல் யாதெனில் இவ்வளவு வேகத்தில் பயணிக்க அதிக எரிபொருள் தேவைப்படும். எவ்வளவு எரிபொருள் நிரப்பப்படுகிறதோ அதைப் பொறுத்து எடையும் அதிகரிக்கும். எடை அதிகரித்தால் ஈர்ப்பு விசையும் அதிகரிக்கும்.

விண்வெளிக் கனவுகளைச் சாத்தியப்படுத்திய ராக்கெட்டுகளை உருவாக்கியவர் யார் தெரியுமா? வேறு யார் ஹிட்லர்தான். அவரது நாஜி விஞ்ஞானிகள் வளிமண்டலத்தைக் கடக்கும் சக்தி வாய்ந்த ஏவூர்திகளை வடிவமைத்தனர். ராக்கெட்டின் ஆதி வரலாறு சீனர்களிடம் இருந்து துவங்குகிறது. கி.மு. 300களில் மூங்கில் குழாய்களில் வெடிமருந்துகளை நிரப்பி வானில் வெடிக்கச் செய்வதன் மூலம் துர்சக்திகளை விரட்டலாம் என்பது சீனர்களின் நம்பிக்கை. 13ம் நூற்றாண்டில் மங்கோலியப் போர்களில் ஓர் ஆயுதமாக உந்துகணைகளைப் பயன்படுத்தியுள்ளனர். ராக்கெட்டுகளின் முகப்பில் கூரான கத்திகளைச் செருகி பல்லாயிரக்கணக்கில் செலுத்தி பிரிட்டிஷ் படையை நடுநடுங்க வைத்தவர் மைசூர் மன்னர் திப்பு சுல்தான். தனது போர்ப் படையில் ராக்கெட் தாக்குதலுக்காகவே 5,000 வீரர்களை வைத்திருந்தார். கிழக்கிந்திய கம்பெனியைக் கதிகலங்க வைத்த இந்த நூதனத் தாக்குதல் குறித்த வரலாற்று ஓவியம் நாசா விண்வெளி ஆராய்ச்சி மையத்தில் இடம்பெற்றுள்ளது.

இவ்வாறாக இருந்த சிறு உந்து கணைகளை, இரண்டாம் உலகப் போரின் துவக்கத்தில் ஏவுகணைகளாக மாற்றியவர் ஹிட்லர். நாஜி விஞ்ஞானிகள் உருவாக்கிய ஏவுகணை 1,130 கிலோ வெடி மருந்தைச் சுமந்துகொண்டு மணிக்கு 4,000 கி.மீ வேகத்தில் 320 கி.மீ தொலைவுவரை பறந்து சென்று தாக்கவல்லது. இதற்கு ஹிட்லர் இட்ட பெயர் 'Vengence Weapon'. சுருக்கமாக V2. இதைக் கொண்டே இரண்டாம் உலகப்போரில் பிரிட்டன் உட்பட பல நாடுகளைச் சிதறடித்தது ஜெர்மன். பிறகு சோவியத்தும், அமெரிக்காவும் இணைந்து அவெஞ்சர்ஸ் ஆகக் களமிறங்கியதும், போரின் முடிவில் 'தானோஸ்' தற்கொலை செய்துகொண்டதும் நாம் அறிந்ததே.

ஹிட்லர் இறந்து விட்டார், ஆனால் அவர் விட்டுச்சென்ற ஜெர்மனி என்பது சாதாரண நாடா! இல்லை, அது ஓர் அறிவுச்சுரங்கம். பல சக்திவாய்ந்த ஆயுதங்களையும், 'எனிக்மா' போன்ற என்கிரிப்ஷன் தொழில்நுட்பங்களையும், போர்த் தந்திரங்களையும், மருத்துவ/ மனித ஆராய்ச்சிகளையும், Z1 வகைக் கணினிகளையும், இப்போது நாம் பருகும் Fanta குளிர்பானம் உட்பட பலவற்றை கண்டுபிடித்தது நாஜி ஜெர்மானியர்கள். இனி நீங்கள் Fanta குடிக்கும்போது ஹிட்லர் முகம் நினைவில் வந்து புரையேறினால் நான் பொறுப்பல்ல. அதைப் பார்த்து 'அந்நியக் குளிர்பானம் தவிர்த்து, அருகம்புல் பானம் அருந்து மானிடா' எனத் தெரு நாய் ஏதும் பேசினால் பதற வேண்டாம். அது ஜெர்மன் நாயாக இருக்கலாம். நாய்கள் பேச, படிக்க பயிற்சி தந்து, அதற்காக பள்ளிகள் கட்டியவர் ஹிட்லர். இது குறித்து இணையத்தில் சற்று கடித்துப் பாருங்கள்.

இப்படியான ஜெர்மனி தங்கள் வசம் வந்த விநாடி, துவங்கியது வேட்டை. கிடைப்பது எதுவானாலும் அது எமக்கே எனக் கிளம்பியது இரு நாட்டு ராணுவங்களும். சிகப்பு சட்டை உனக்கு! மஞ்ச சட்டை எனக்கு என்ற ரீதியில் ஜெர்மானிய விஞ்ஞானிகள் அனைவரையும் கைது செய்து தங்கள் வசமாக்கியது அமெரிக்கா. 'Operation PAPERCLIP' என அமெரிக்கா நடத்திய இந்த ரகசிய நடவடிக்கையில் அவர்களுக்குச் சிக்கியது ஒரு மெகா தங்கப் புதையல். V2 ஏவுகணைகளுடன் அதைத் தயாரித்த விஞ்ஞானி வான் ப்ரான் (Von Braun) மற்றும் அவரது குழுவைக் கைது செய்து தங்கள் நாட்டிற்குக் கொண்டுவந்தது அமெரிக்கா.

தன் அதிர்ஷ்டத்தை நினைத்து அகமகிழ்ந்தது அமெரிக்கா. காரணம்! 1942ல் ஜெர்மனியில் இருந்து விண்வெளிக்கு ஏவப்பட்ட முதல் ராக்கெட்டை உருவாக்கியவர், சாட்சாத் இதே வான் ப்ரான்தான். பூமியில் இருந்து மனிதனால் உருவாக்கப்பட்ட ஒரு பொருள் முதல்

முறையாக காற்றுமண்டலம் கடந்து விண்வெளியைத் தொட்டது என்றால் அது ஜெர்மானியர்களின் A V-2 A4 ராக்கெட்டான். அதை உருவாக்கிய வான் ப்ரான் இப்போது தங்கள் வசம் என்பதால், ஆரவாரமாக தங்கள் விண்வெளிச் சரித்திரத்தைத் துவக்கியது அமெரிக்கா. இந்த நடவடிக்கையில் அமெரிக்கா கைது செய்தது 1,500 விஞ்ஞானிகள் என்றால், சோவியத் என்ன செய்தது தெரியுமா?

'Operation Osoaviakhim' என்ற பெயரில் 6,000 ஜெர்மானியப் பொறியாளர்கள், தொழில் நுட்ப வல்லுநர்களை அவர்களது குடும்பத்தோடு சோவியத்திற்குக் கடத்தியது. ராக்கெட் உற்பத்திக் கான உபகரணங்கள், ரகசிய தஸ்தாவேஜ்-கள், வழிமுறைக் கோப்புகள் எனக் கடத்துவதற்கு மட்டும் 92 ரயில்கள் தேவைப் பட்டன. இத்தனை கிடைத்தும் என்ன பிரயோஜனம்? 'வான் ப்ரான்' போல முன்னின்று வழிநடத்த ஒரு தலைமை விஞ்ஞானி இல்லை. சோவியத் ஒன்றியத்தில் அரசியல் குழப்பங்கள், கொடுங்கோல் அரசுக்கு எதிராக போராட்டங்கள் நிலவிய காலமது. சோவியத் அதிபர், சர்வாதிகாரி ஜோசப் ஸ்டாலின், தன்னை எதிர்ப்பவர்களை 'குலக்' முகாம்கள் என்றழைக்கப்பட்ட கடுழிய முகாம்களில் சித்ரவதை செய்து கொன்றார். 7 லட்சத்திலிருந்து 12 லட்சம் மக்கள்வரை இறந்த இந்நிகழ்வு 'The Great Purge' என வரலாற்றில் அறியப்படுகிறது. அதில் தூக்கிலிடப்படுவதற்காக இழுத்துச் செல்லப்பட்ட நபர்களில் ஒருவர், இறுதி நிமிடங்களில் தூக்கு மேடையில் இருந்து விடுவிக்கப்பட்டு, சோவியத்தின் தலைமை விஞ்ஞானியாகப் பொறுப்பளிக்கப்பட்டார்.

ராக்கெட் தொழில்நுட்பம் கற்ற வல்லுநர் அவர். அரசியல் கைதியாக சிறையில் இருந்தே பணிகளைச் செய்தவர். பிறகு விடுவிக்கப்பட்டு சோவியத்தின் விண்வெளிச் சாதனைகளுக்குப் பின்புலமாக இருந்தார். அமெரிக்காவால் இவரது உயிருக்கு ஆபத்து எனக் கருதிய சோவியத், இவரது ஆயுட்காலம் முழுவதும் இவரது இயற்பெயரை மறைத்து 'The Chief Designer' என்றே அதிகாரப் பூர்வமாக அறிவித்தது. 1966ல் இவரது மறைவிற்குப் பிறகே இவரது பெயர் உலகிற்குத் தெரிய வந்தது. அனைத்தும் வல்ல அமெரிக்காவிற்கு எதிராகக் களமிறக்கப் பட்டு, விண்வெளிப் போட்டியில் சோவியத்தை வெல்ல வைத்தவர் பெயர், செர்கி கொரோலெவ் (Sergei Korolev).

ஜெர்மனியின் வான் ப்ரான் (இப்போது அமெரிக்காவின்) மெக்ஸிகோவில் உள்ள ராணுவ மையத்தில் பணியமர்த்தப்பட்டார். 'The Chief' என்றொருவர் சோவியத்தை வழிநடத்தும் செய்தி

அமெரிக்காவின் காதுகளுக்கு எட்டியது. வான் ப்ரானை அவசரப்படுத்தியது அமெரிக்கா. கைவசமுள்ள V2 ராக்கெட்டில் ஒரு கேமராவைப் பொருத்தி 100 கி.மீ உயரம் அனுப்பி (கர்மான் எல்லை) ஒரு புகைப்படம் எடுத்துக் கொடுத்தார் வான். ஆனால் போட்டி இதுவல்லவே! கோள்களைச் சுற்றும் ஒரு செயற்கைக்கோளை மனிதன் உருவாக்க வேண்டும். விண்வெளியில் இருந்து அது பூமியை தொடர்பு கொண்டு படைப்பின் ரகசியம் சொல்ல வேண்டும். அதுவே போட்டி. அதனால் 'போட்டா' போட்டிக் கெல்லாம் அமைதியாக இருந்தது சோவியத்.

V2வை விட சக்தி வாய்ந்த R-7 ராக்கெட்டை உருவாக்கினார் செர்கி. சோதனைகளில் சீறிப் பாய்ந்தது R-7. அதைக் கொண்டு OBJECT-D என்றொரு செயற்கைக்கோளை ஏவவேண்டும், செயற்கைக்கோள் பூமியை படம் பிடிக்கவேண்டும், கதிர்வீச்சை அளக்கவேண்டும், பூமியின் காந்தப்புலம் குறித்த தகவல்களை அனுப்பவேண்டும் என நிறைய வேண்டுகோளை வைத்தது சோவியத் அரசு. 'வேண்டாம்' என்பதையே அனைத்துக்கும் ஒற்றைப் பதிலாகக் கூறி இரண்டு ரேடியோ ட்ரான்ஸ்மீட்டர்களை இணைத்து ஒரு சிறிய செயற்கைக்கோள் ஒன்றை உருவாக்கினார் செர்கி. இதன் பணி இதன் நான்கு ஆன்டெனாக்கள் வாயிலாக விண்வெளியில் இருந்து பூமிக்குத் தொடர்புகொள்ளவேண்டும்.

இந்த செயற்கைக்கோளுக்கு ஸ்புட்னிக் 1 எனப் பெயரிட்டது சோவியத். ரஷ்ய மொழியில் ஸ்புட்னிக் என்றால் சக பயணி எனப் பொருள். அக்டோபர் 4, 1957 மாஸ்கோ நேரம் மாலை 10:28:34. இந்த சக பயணியை விண்வெளிக்கு அழைத்துச் சென்றது R-7 ஏவூர்தி. மனித குலச் சரித்திரத்தில் செயற்கையான ஒரு பொருள் இயற்கையின் மிக அருகில் சென்றது அதுவே முதல்முறை.

வெற்றிகரமாக விண்ணில் ஏவப்பட்டாலும் ஏவுதளத்தில் எவ்விதக் கொண்டாட்டமும் இல்லை. ஒரு கனத்த அமைதியுடன் செயற்கைக்கோளின் சிறிய சமிக்னைக்காக காத்திருந்தார்கள். பூமியின் சுற்றுப் பாதையில் விடுக்கப்பட்டு தன் பயணத்தைத் துவங்கியது ஸ்புட்னிக். கட்டுப்பாட்டு மையத்தில் பதற்றத்தில் நகம் கடித்திருந்தார் செர்கி. தன் வசமிருந்த அனைத்துத் தகவல் தொழில்நுட்பத்தையும் கூர் தீட்டிக் கண்காணித்துக் காத்திருந்தது அமெரிக்கா. சோவியத் வென்று விடக் கூடாது. தொடர்பு கிடைத்திடவே கூடாது எனக் கறுவியிருந்தது. 90 நிமிடங்கள் கடந்திருந்தது. ரஷ்ய முகங்களைக் கவலை ஆக்கிரமித்தது. ஒருவேளை விண்வெளியை மனிதன் தொடர்புகொள்ள

முடியாதோ, சில மர்மங்கள் புதிராகவே நீடிக்கத்தான் வேண்டுமோ! என்றெல்லாம் பலவித எண்ணங்கள் தோன்ற, திட்டம் தோல்வி என எந்த நிமிடமும் அறிவிக்கப்படும் ஒரு நிலை. ராணுவ அதிகாரிகள் அங்கிருந்து கிளம்ப எத்தனிக்கும் வேளையில், அமைதியைக் கிழித்துக் கொண்டு பிரபஞ்சம் பேசியது...

பீப்.... பீப்.. பீப்...

தன் சுற்றுவட்டப் பாதையை ஒரு முழு வலம் வந்து கட்டுப்பாட்டு மையத்தைக் கடக்கும்போது சமிக்ஞைகளை அனுப்பியிருந்தது ஸ்புட்னிக். வெற்றி. திட்டம் அதி வெற்றி. இயற்கையின் மெய்ப்பொருளை, மனிதனின் கைப்பொருள் தொடர்பு கொண்டதில், மனித அறிவு தன் அடுத்தகட்ட மகத்துவத்தை எட்டியிருந்தது. கொண்டாட்டங்கள் கோலாகலமாகத் துவங்கின. ரஷ்யர்கள் கட்டிப்பிடித்துக்கொண்டார்கள், வெற்றி முத்தங்களைப் பரிமாறினார்கள். வோட்கா வானம்வரை தெறித்தது.

அமெரிக்காவால் நம்ப முடியவில்லை. எத்தனை சமாதானங்கள் சொன்னாலும் ஏற்கமுடியவில்லை. அரசியல் குழப்பங்களும், சர்வாதிகாரமும், பொதுவுடைமைச் சித்தாந்தமும் கொண்ட நாடு எப்படி வென்றது... எப்படிடா வெல்லலாம் என போர்பன் குடித்துப் புலம்பியது. அமெரிக்க மக்களும், ஊடகங்களும் அரசை எள்ளி நகையாடினர். வீறுகொண்டெழுந்தார் அமெரிக்க அதிபர் ஐசன்ஹவர். ஜெர்மனியிடம் இருந்து அபகரித்த V2 ராக்கெட் தேவையில்லை, அதை விடச் சக்திவாய்ந்த VANGUARD (V2வின் அக்மார்க் காப்பி) ராக்கெட்டை அமெரிக்காவே உருவாக்கும். அதைக்கொண்டு இரண்டே மாதங்களில் இன்ன தேதியில் நாம் பறப்போம், அமெரிக்கர்களே அலைகடலெனத் திரண்டு வாரீர் என அதிரடியாக அறிவித்தார்.

சோவியத் எவ்விதப் பதட்டமுமின்றி ஸ்புட்னிக் ஏவிய 30 நாட்களில், அமைதியாக ஸ்புட்னிக்-2வையும் ஏவி அமெரிக்காவை மேலும் அதிர்ச்சிக்குள்ளாக்கியது. 'தேமே'வென ரஷ்ய குப்பைத் தொட்டிகளை முகர்ந்து மூச்சா போய்க்கொண்டிருந்த நாய் ஒன்றைப் பிடித்து விண்கலத்தில் அனுப்பி வைத்தார்கள். பூமியில் இருந்து முதன் முதலாக விண்வெளிக்குச் சென்ற ஓர் உயிர், நாயார்தான்! பெயர் லைகா. விண்வெளியை அடைந்த சில மணிநேரங்களில் மன அழுத்தத்திலும், கடும் வெப்பத்தின் காரணமாகவும் இறந்து போனது லைகா. இதன் மரணத்தை மறைத்து ஆறு நாட்கள் உயிரோடிருந்தாக நாடகமாடியது சோவியத். 2002ஆம் ஆண்டில் தான் உண்மையை ஒப்புக்கொண்டார்கள்.

ஸ்புட்னிக்-1

ஸ்புட்னிக்-2

என்ன? ஓர் உயிரையும் முதலில் அனுப்பிவிட்டார்களா? என உயிர்நோகத் துடித்தது அமெரிக்கா. வெற்றிவேல், வீரவேல் என VANGUARD ராக்கெட்டும் கிட்டத்தட்ட 'ஸ்புட்னிக்' அமைப்பில் ஒரு செயற்கைக்கோளை அவசரமாகத் தயாரித்தது. சொன்ன நாளும் வந்தது. ஊடகங்களுக்கும், தொலைக்காட்சி சேனல்களுக்கும் அழைப்பு விடுத்தது அமெரிக்கா. இந்தச் சாதனை முயற்சியை நேரலையாக தொலைக்காட்சியில் ஒளிபரப்பினார்கள். விரல்கள் நடுங்க, அமெரிக்கர்கள் 'பிட்சா' கடித்துப் பார்த்திருந்தார்கள். டிசம்பர் 6, 1957 கவுண்ட்டவுன் பூஜ்யத்தை அடைந்த நொடிகளில் VANGUARD ராக்கெட் சீறிக் கிளம்ப எத்தனித்து, 4 அடிகள் வானில் உயர்ந்தது. பிறகு இயந்திரக்கோளாறு காரணமாக தரையில் விழுந்து வெடித்துச் சிதறியது.

நொறுங்கிப் போனார்கள் அமெரிக்கர்கள். கிடந்து தவித்தது அரசு! பெரும் அவமானம். மக்களின் கோபம் அரசின்மீது திரும்பியது. FLOPNIK, STAYPUTNIK என்றெல்லாம் தலைப்பிட்டுக் கேலி செய்தன ஊடகங்கள். மனம் தளராத அமெரிக்கா ஜூனோ-1 எனும் நான்கு கட்ட எரிபொருள் ராக்கெட் ஒன்றைத் தயாரித்தது. குறிப்பிட்ட தூரத்தைக் கடந்தவுடன் ஒவ்வொரு கட்ட பாகங்களும் உதிர, அடுத்த கட்ட எரிபொருளில் ராக்கெட் தன் பயணத்தைத் தொடரும். உயரம் செல்லும்போது எடையைக் குறைத்து வேகத்தை அதிகரிக்கவே இந்த பலகட்டப் பிரிதல் யுக்தி. இந்த ராக்கெட் உதவியுடன் Explorer 1 எனும் செயற்கைக்கோளை புவி சுற்றுவட்டப்பாதையில் வெற்றி கரமாக நிறுவியது அமெரிக்கா.

விண்வெளிப் போட்டியில் கொஞ்சம் லேட் என்றாலும் லேட்டஸ்ட்டாக நுழைந்தது அமெரிக்காவின் Explorer 1 செயற்கைக்கோள். காஸ்மிக் கதிர்களை அளக்கும் அதன் கருவி, காந்தப்புலம் மற்றும் பூமியைச் சுற்றி வளைக்கும் இரு கதிர்வீச்சு வளைகுழல்களை (Van Allen radiation Belt) கண்டறிந்தது. தங்கள் விண்வெளிக்கனவு நிஜமான அந்த தினம், பெருமிதத்தில் திளைத்தது அமெரிக்கா.

1958ல் உருவானது நாசா விண்வெளி மையம். விண்வெளிப் போட்டி அடுத்த கட்டத்தை எட்டியது.

இரு நாடுகளும் சளைக்காது பல செயற்கைக்கோள்களை தொடர்ந்து ஏவின. அடுத்த செயற்கைக்கோளில் அமெரிக்க அதிபரின் கிறிஸ்துமஸ் வாழ்த்தை விண்வெளியில் இருந்து பூமியில் ஒளிபரப்பியது அமெரிக்கா. இதற்குப் போட்டியாக, பூமியைக் கடந்து நிலவிற்கு LUNA 1-ஐ அனுப்பியது சோவியத். அதிக

வேகத்தால் நிலவின் சுற்றுப்பாதையை 'ஜஸ்ட் மிஸ்!' செய்தது லுனா. அடுத்து வானிலை செயற்கைக்கோளை அனுப்பி பூமியை முதல்முறையாகப் படம் பிடித்தது அமெரிக்கா. வெட்கத்தில் சுற்றியது பூமி.

அதைத் தொடர்ந்து இன்னும் இரண்டு நாய்களை விண்வெளிக்கு அனுப்பி பூமியில் மீண்டும் பத்திரமாகத் தரையிறக்கியது சோவியத். இரு ஜீவன்களும் வாலாட்டி வணங்கின. 'இதென்ன பிரமாதம், இங்கே பார்!' என மனிதனின் பரிணாம முன்னோடியான சிம்பன்சி குரங்கை அனுப்பியது அமெரிக்கா. அதன் பெயர் HAM. விண்வெளி சென்று மீண்டு(ம்) அட்லாண்டிக் கடலில் பத்திரமாகத் தரை இறங்கியது சிம்பன்சி. மூக்கில் மட்டும் சிறு காயம், இருந்தும் மனிதர்களைப் பார்த்ததும் ஈ என இளித்தது வெள்ளந்தி HAM.

இரு ஜாம்பவான்களும் விண்வெளியில் தங்கள் வல்லமையைக் காட்டிக்கொண்டிருந்த காலம், 1955 ஆம் ஆண்டு, இந்தியாவின் தெற்குத் தேசம், தமிழகத்தில் MIT கல்லூரி முன்பு பிரமித்து நின்றிருந்தான் ஓர் இளைஞன். அவன் பெயர் தாங்கியிருந்த தேர்வுக் கடிதம் கையில் படபடத்தது. இன்னும் நம்ப முடியவில்லை, எத்தனை பெரிய வாய்ப்பு இது!

கல்விக்கூடங்களின் கனவுக் கூடம் MIT. அங்கு வான்வெளிப் பொறியியல் கற்க இருக்கிறேன். தன் சட்டைப்பையைத் துழாவினான் இளைஞன், 1000 ரூபாய் இருந்தது. 'இந்தக் கட்டணத்திற்கு வழியின்றித்தானே இந்தக் கனவைத் துறக்க எத்தனித்தேன். 'இந்தா அபுல், எடுத்துக்கொள்!' எனத் தன் நகைகள் அனைத்தையும் விற்றுத் தந்த சகோதரி ஜோஹரா நினைவு வந்தது. கண்கள் பனித்தன. நான் வேலைக்குச் சென்றதும் உன் நகைகளை மீட்டுத் தருவேன் என்ற போது, 'நகைகள் வேண்டாம் அபுல், நீ கற்கும் கல்வி கொண்டு நம் நாட்டை முன்னேற்று' என்றார் என் தந்தை. 'ஒவ்வொரு விதையும் ஒரு விடாமுயற்சியின் உந்துதல்' எனும் கலீல் ஜிப்ரானின் கவிதை சொல்லி வாழ்த்துவார். அபுல் நீ விதை! விடாதே! என்றது மனம். கண்களில் கனவுகள் மின்ன கல்லூரி வளாகத்தினுள் நுழைந்தான் அந்த இளைஞன்.

சரித்திரத்தின் பக்கங்கள் ஒரு புதிய வரலாற்றை எழுத தங்களைத் தயார்படுத்திக்கொண்டன. போர் விமானியாகி என் தேசத்திற்குச் சேவை செய்யவேண்டும் எனச் சிந்தித்தார், கலாம்.

என் திட்டமே வேறு நண்பா! எனச் சிரித்தது, காலம்.

5

புதிய இந்தியா

போரை விரும்பாத தேசம் இந்தியா. ஆனால் உலகப்போர்களில் போரிட நிர்பந்திக்கப்பட்டார்கள் இந்தியர்கள். இரண்டாம் உலகப் போரில் இந்திய வீரர்களைப் பயன்படுத்த முடிவு செய்தது ஏகாதிபத்திய பிரிட்டன் அரசு. வெகுண்டெழுந்தது இந்திய தேசியக் காங்கிரஸ். சுதந்திரம் பெறாமல் போரிட மாட்டோம் என மறுத்தது. ஹிட்லரின் V2 ஏவுகணைகள் பிரிட்டனைப் பிளந்து கொண்டிருக்கும் போது சுதந்திரமா? வாய்ப்பே இல்லை என மறுத்தார் இங்கிலாந்துப் பிரதமர் வின்ஸ்டன் சர்ச்சில். இதற்குப் போர் மட்டும் காரணம் இல்லை. இந்தியா போன்ற ஒரு வளமையான தேசத்தைத் தந்துவிட்டால் பிறகு செல்வத்திற்கு என்ன செய்வது. 200 ஆண்டுகள் இந்தியாவைச் சுரண்டி, இந்தியர்களின் ரத்தம் சுவைத்துச் சேர்த்த செல்வம் அது. 'வியாபாரம் செய்ய வந்தோம் ராசா' என வாசலில் காத்து நின்று, கட்டித் தழுவி, காலை வாரி, சமயத்தில் கழுத்தறுத்து, நயவஞ்சகமாகச் சேர்த்த பொருள் கொஞ்ச நஞ்சமா?

கடவுள் சிலைகள், கனிமங்கள், கலைச் சிற்பங்கள், ஓவியங்கள், புராதனச் சின்னங்கள், அணிகலன்கள், வைர வைடூரியங்கள் முதல் திப்பு சுல்தான் வாள்வரை திருடியதை வைக்க மட்டுமே ஒரு பெரும்

தீவு கொள்ளாது. அண்மையில் நடத்தப்பட்ட ஒரு சர்வதேச ஆராய்ச்சி முடிவுகள், இந்தியாவிலிருந்து பிரிட்டிஷ் சுரண்டியது மட்டும் 45 ட்ரில்லியன் அமெரிக்க டாலர்கள் என்கிறது. சுதந்திரத்திற்கு முன்பே ஆண்டொன்றுக்கு 14 கோடி பவுண்டுகளை இந்தியா ஈட்டித் தந்திருக்கிறது. உலகின் 22 நாடுகளைத் தவிர பிற நாடுகள் அனைத்தும் பிரிட்டிஷ் ஆதிக்கத்தின் கீழ் இருந்தன என்கிறது வரலாறு. ஆனால் மற்ற காலனி நாடுகளின் வருவாய் அனைத்தும் ஒன்று சேர்ந்தால் கூட, இந்திய வருவாய்க்கு அருகில் கூட வராது. அத்தனை வளம் கொண்டது இத்தேசம்.

கோலார்த் தங்கம் முதல் குறுமிளகுவரை அனைத்தையும் வாரிக் கொடுத்தும், பிரிட்டனின் பேராசை வெறி தீரவில்லை. இந்திய உணவின் மூன்றின் ஒரு பகுதி நெல்லை விளைவிப்பது வங்காள மாகாணம். போரைக் காரணம் காட்டி கையிருப்பில் இருந்த 10 லட்சம் டன் நெல்லை பிரிட்டனுக்கு எடுத்துக்கொண்டது சர்ச்சில் அரசு. உணவுப்பஞ்சம் வங்காளத்தில் தலைவிரித்தாடியது. உண்ண ஒரு நெல்மணியின்றி பசி பட்டினியில் இந்தியர்கள் மடிந்து போனார்கள். போதாமைக்குப் புயலும், கொள்ளை நோய்களும் சேர்ந்துகொள்ள எங்களால் மறுஉதவி செய்ய முடியாது எனக் கை விரித்தது பிரிட்டிஷ் அரசு. இந்திய மண்ணில், இந்திய மக்களால் விளைந்த உணவு, இறக்கும் தறுவாயிலும் அவர்களுக்குக் கிடைக்க வில்லை.

உணவை விளைவித்தவன், உண்ண உணவின்றி உயிரடங்கினான். இந்தக் கொடும் துரோகத்தில் 30 லட்சம் இந்தியர்கள் மடிந்து போனார்கள். வெள்ளம், தீ, கொள்ளை நோய்கள், போர், சர்வாதிகாரம் என மனித குல வரலாறு எத்தனையோ பேரழிவு களைச் சந்தித்திருக்கிறது. ஆனால் உணவின்றி நிகழ்ந்த ஒரு கொடும் பேரழிவு வங்காளப் பஞ்சம். பிரிட்டிஷ் மக்களே அதன் அரசை வெறுத்தார்கள். 'இந்தியர்களின் ரத்தம், சர்ச்சில் கைகளில்!' என்றெழுதினார்கள். அதற்குச் சர்ச்சில், 'இந்தியர்கள் முயல்களைப் போல பெருகுகிறார்கள். அதனால்தான் உணவில்லை, இந்தியாவில் உணவுப் பஞ்சம் என்றால் காந்தி எப்படி இன்னும் உயிருடன் இருக்கிறார்', என்றார். அவரிடம் சுதந்திரம் கேட்டால் கிடைக்குமா, முடியாது என மறுத்தார்.

இந்த நெருக்கடியான சூழ்நிலையில்கூட சுதந்திரம் தர மனமில்லை என்றால் இனி அது என்றும் சாத்தியமே இல்லை என்பதை உணர்ந்து, 'வெள்ளையனே வெளியேறு' இயக்கத்தைத் துவக்கினார் மகாத்மா. நேரு உட்பட இந்திய தேசியக் காங்கிரஸ் தலைவர்கள்

அனைவரை யும் கைது செய்து சிறையிலடைத்தது பிரிட்டிஷ் அரசு. ஆனால் இந்த இயக்கத்தை ஆதரிக்காமல், பிரிட்டிஷ் அரசுக்கு ஆதரவாகப் போரில் உதவியது ஜின்னாவின் முஸ்லீம் லீக் கட்சி. ஒரே ஒரு கோரிக்கை வைத்தார் ஜின்னா. இந்தியாவிற்குச் சுதந்திரம் அளிக்கப்பட்டால் பாகிஸ்தான் என்ற தனி நாடு எங்களுக்கு வேண்டும் என்பதுவே அக்கோரிக்கை. இசைந்தார் சர்ச்சில். இரண்டு லட்சம் இந்தியர்கள் பிரிட்டனுக்கு ஆதரவாகக் களமிறக்கப் பட்டார்கள். 80,000 பேர் போரில் மடிந்து போனார்கள். 1945ல் போர் முடியும்வரை 60,000 காங்கிரஸ் தொண்டர்களையும், தலைவர் களையும் சிறையில் வைத்திருந்தது பிரிட்டிஷ். ஜப்பான் சரணடைந்த தினம், இவர்கள் அனைவரும் விடுவிக்கப்பட்டனர்.

இரண்டாம் உலகப்போரில் நேச நாடுகள் வெற்றி பெற்றாலும், தேர்தலில் தோல்வியுற்றார் வின்ஸ்டன் சர்ச்சில். 1945ல் இங்கிலாந்தின் புதிய பிரதமராகப் பதவியேற்றார் கிளெமென்ட் அட்லீ. இந்தியாவில் அதி தீவிரமாகப் பற்றி எரிந்துகொண்டிருந்த சுதந்திரத் தீயைக் கண்டு மிரண்டு போனார். 1948க்குள் இந்தியாவிற்கு விடுதலை அளிக்கப்படும் என உறுதியளித்தார். இதைச் செயல் படுத்த லூயி மவுண்ட்பேட்டனை வைஸ்ராயாக இங்கு வழியனுப்பினார். ஜப்பான் சரணடைந்த ஆகஸ்ட் 15ம் தினத்தை, இந்தியாவின் சுதந்திர தினமாக தேர்வு செய்தார் மவுண்ட்பேட்டன். இந்தியா இரு நாடுகளாகப் பிரிந்தது. ஆகஸ்ட் 15, 1947 நள்ளிரவில் சுதந்திரம் அடைந்தது. இந்தியர்கள் ஆனந்தக் கண்ணீரில் நனைந்தனர். அழுது, சிரித்து, மகிழ்ந்து, கூத்தாடிக் கொண்டாடினர். அடிமைச் சங்கிலி என்பது கண்களுக்கு தெரியாதது, ஆனால் கனம் மிகுந்தது. அதை உடைக்கப் போராடி இறந்த தியாகிகளின் ஆன்மா அன்று அமைதியடைந்திருக்கும்.

ஆகஸ்ட் 14, இரவு பதினோரு மணியளவில் நாடாளுமன்றத்தில் கூடினார்கள் இந்தியத் தலைவர்கள். அவையைத் திரு.ராஜேந்திர பிரசாத் தலைமை தாங்கினார். சிலர் உரையாற்றி அமர்ந்ததும், நேரு எழுந்தார். அமைதியான முகத்தில் தீரமும், தீர்க்கமும் மின்ன தன் வரலாற்று உரையான 'விதியுடன் உடன்படிக்கை'-யை (Tryst with Destiny) துவங்கினார். சுதந்திர இந்தியா உலகிற்குச் சொல்லப்போகும் முதல் செய்தி அது. அனைவர் விழியும் நேருவின் முகம் பார்த்திருந்தது.

'இந்த விடுதலைக் கனவின் மீதுதான் எத்தனை காதல் கொண்டிருந்தோம். அது அனைத்தும் நிஜமாகும் தருணமிது.

உலகும் உறங்கும்வேளையில் இந்தியாவின் சுதந்திர வாழ்வு விழித்தெழ இருக்கிறது. கிழக்கில் ஒரு புதிய நட்சத்திரம் உருவாகிறது. புதிய கனவுகளை, நம்பிக்கைகளைத் தேடி அது பயணிக்கும். எதிர்காலம் நமக்காகக் காத்திருக்கிறது. வாய்ப்புகளும், வெற்றிகளும் நம் கரம் சேரக் காத்திருக்கிறது. அதை நாம் பிடித்துக்கொள்ளவேண்டிய தருணமிது. ஆம்! அடக்கப்பட்டிருக்கிறோம், போராடியிருக்கிறோம், உயிர்கள் பல இழந்திருக்கிறோம், ஆனால் ஓர் உயர்ந்த தேசத்தின் குடிமக்கள் நாம். எவரையும், தூற்றுவதற்கோ, பழி சொல்வதற்கான தருணமல்ல இது. பழைமையில் இருந்து புதுமையாக மாறும் தருணம், உலக மக்களுக்கு இந்தியா தன் சுதந்திர வாழ்த்துக்களைத் தெரிவிக்கும் அதேசமயம், ஓர் உறுதிமொழியையும் தருகிறது. இந்தியா சுதந்திரத்தைப் போற்றும், அமைதியை நிலைநாட்டும், ஜனநாயகத்தின் பால் அரசமைத்து என்றும் அதன் வழி நடக்கும். இந்த நேரத்தில் இத்தனை காலம் அடக்கப்பட்ட எமது தேசத்தின் உயிர் மீண்டும் உயிர்த்தெழும், அதன் கனவுகளை மக்களுக்காகவும், மனிதத்திற்காகவும் மெய்யாக்க அல்லும் பகலும் அயராது பாடுபடுவோம், ஜெய்ஹிந்த்.'

இந்தியப் பெண்கள் குழுவாக நம் மூவர்ணக்கொடியைத் தாங்கி வந்து நாடாளுமன்றத்தில் முறையாகச் சமர்ப்பித்தார்கள். பட்டொளி வீசிப் பறந்தது நம் பாரதக் கொடி. சொர்க்கத்தைவிட அழகாகத் தெரிந்தது சுதந்திர இந்தியா.

ஜவஹர்லால் நேரு இந்தியாவின் முதல் பிரதமராக அமைச்சரவையைத் தலைமை தாங்கி வழி நடத்தினார். அன்பின் மீதும், அறிவியல் மீதும், மனிதத்தின் மீதும், மக்களின் மீதும் நம்பிக்கை கொண்ட மனிதர் நேரு. இந்தியா வறுமை தேசமல்ல, அந்நியர்களால் வழித்தெடுக்கப்பட்ட தேசம். அடித்தளத்திலிருந்து அதை மீண்டும் நிறுவவேண்டும். வாய்ப்புகளுக்காகக் காலம் கடத்தாமல் அதை உருவாக்கும் முயற்சிகளில் ஈடுபட்டார். இந்திய அதிகாரிகளை அரசுத் தூதுவர்களாக 40 நாடுகளுக்கு அனுப்பினார். தூதரகங்கள் செயல்படத் துவங்கின. தன் சகோதரி திருமதி விஜயலட்சுமி பண்டிட்டை சோவியத்திற்கு அனுப்பினார். இந்திய ரஷ்ய உறவை மேம்படுத்த விரும்பினார். ஆனால் ஸ்டாலினிற்கு இந்திய விடுதலைமீது இன்னும் ஐயமிருந்தது. காரணம், மௌண்ட்பேட்டன் கவர்னராகத் தொடர்கிறார், பிரிட்டிஷ் துருப்புகளும் அங்குதான் இருக்கின்றன, அதனால் அவ்வளவாகப் பிடி கொடுக்கவில்லை.

அமெரிக்காவிலும் இதே நிலைதான். அப்போதைக்கு அனைத்து நாடுகளும் ஒன்று பாட்ஷா பக்கம், இல்லை ஆண்டனி பக்கம் என்று கட்சி பிரிந்திருந்தார்கள். ஆக இந்தியாவின் ஆதரவு யாருக்கு என்றே அமெரிக்காவும், சோவியத்தும் காத்திருந்தது. தனது 1949 அமெரிக்கப் பயணத்தில் மிகத் தெளிவாக ஒன்றை உணர்த்தினார் நேரு. அமெரிக்கா, சோவியத் பனிப்போர் விவகாரத்தில் இந்தியா நடுநிலை வகிக்கும் என்றார். நடுநிலை என்று ஒரு நிலை இருப்பதே அதுவரை அறியாமல் இருந்த உலக நாடுகள் 'ஆஹா!, சபாஷ்' என்று இதை வரவேற்றன. இந்தியாவின் இம்முடிவு அமெரிக்காவைக் கடுப்பேற்றியது. நேருவின் இந்தத் துணிவும், நடுநிலை முடிவும் பின்னாளில் ஓர் இயக்கமாக மாறியது. அதன் பெயர் அணி சேரா இயக்கம். ஐக்கிய நாடுகள் கூட்டமைப்பிற்குப் பிறகு அதிக நாடுகள் (120) இணைந்துள்ள இயக்கம் இதுதான். இதை உருவாக்கிக் கொள்கைகள் வடித்தவர் நேரு. இந்தியாவின் இம்முடிவு அமெரிக்க அதிபர் நிக்சனைக் கடுப்பேற்றினாலும், சோவியத் வசம் இந்தியா சென்று விடக்கூடாது என்பதற்காகப் பெயருக்கு உதவ முன்வந்தார்.

இந்தியா தலைநிமிர வேண்டுமெனில் கல்வியும், அறிவியலும், விஞ்ஞானமும் இங்கு வளர்ந்திட வேண்டும் என்று நினைத்தார் நேரு. அதைக்கொண்டு விவசாயம், மருத்துவம், தொழில்வளம் மேம்படும். மக்களின் அடிப்படைத் தேவைகளில் ஒன்றான தடையற்ற மின்சாரம் கிடைக்கும் எனத் திட்டமிட்டார். இந்தியாவின் நோக்கம் அணுசக்தியை ஆக்கப் பணிகளுக்குப் பயன் படுத்துவது என்றும், ஆயுதத் தயாரிப்பிற்கு என்றும் உடன் படுவதில்லை என்பதைக் கொள்கையாகக் கொண்டு 1948ல் அணு ஆற்றல் ஆணையத்தை உருவாக்கினார். ஹோமி பாபா அதன் தலைவராகப் பொறுப்பேற்றார்.

ஹோமி பாபாவின் திறமையான தலைமையால் ஆசியாவின் முதல் அணு உலை மும்பையில் உள்ள டிராம்பேயில் உருவானது. 1957-ல் நேருவின் பொற்கரங்களால் திறந்து வைக்கப்பட்டு அப்சரா அணு உலை செயல்படத் துவங்கியது. ஒரு மெகாவாட் மின்சாரத்தை உற்பத்தி செய்த இந்த அணு உலை அமையத் தொழில்நுட்பம் தந்து உதவியது பிரிட்டிஷ் அரசு. அடுத்து 1960ல் இரண்டாவது அணு உலை சைரஸ் (CIRUS) நிறுவப்பட்டது. இந்த உலைக்கான வடிவமைப்பு 'கனடா'விடமிருந்தும், இயக்கத் தேவையான கனரக நீரை அமெரிக்கா விடமிருந்தும் பெற்றது இந்தியா. ஆனால் மூலப்பொருளான செறிவூட்டப்பட்ட யுரேனியத்தை இந்தியாவே தயாரிக்கும் என முடிவு செய்தார் நேரு. இரு உலைகளும் வெற்றி

கரமாக இயங்கத் துவங்க, கிடைத்த மின்சாரத்தில் மெல்ல மெல்ல ஒளிரத் துவங்கியது இந்தியா. இதன் அனுபவத்தைக் கொண்டு இந்திய தொழில்நுட்பத்தில் சொந்தமாக ஓர் அணு உலை நிறுவ உத்தரவிட்டார் நேரு. வர்த்தக ரீதியாக இந்தியா மின்சாரம் தயாரிக்க முடிவு செய்தது. உருவானது தாராக்பூர் அணுமின் நிலையம்.

அணுவியல் வரலாற்றைத் துவங்கியாயிற்று, அறிவியல்? அறிவியலில் இந்தியர்கள் முன்னோடிகளாகத்தான் இருந்திருக்கின்றனர். கிபி 500களில் வாழ்ந்த ஆர்யபட்டா கணித மேதைகள் மற்றும் வானியலாளர்களில் முதன்மையானவர். அவரில் துவங்கி 1900களில் ஜெகதீஷ் சந்திரபோஸ், ஸ்ரீனிவாச ராமானுஜன், பிரஃபுல்ல சந்திர ராய், வெப்ப அயனிக் கோட்பாடுகளைக் கண்டறிந்த மேக்நாத் சாஹா என சுதந்திரத்துக்கு முன்பே இந்திய அறிவியல் உயரத்தில் தான் இருந்தது. அதை அங்கீகரிக்கத்தான் உலகம் தயாராக இல்லை.

இந்திய அணுசக்திக்கு எப்படி பாபா ஒரு முன்னோடியோ, அதே போல நம் அறிவியலுக்குக் கிடைத்த ஓர் இறைதூதர், பேராசிரியர் விக்ரம் சாராபாய். இந்த இருவரையும் இத்தேசத்திற்காக உழைக்குமாறு வேண்டிய ஓர் உள்ளம் யார் தெரியுமா? இயற்பியல் மேதையும், ஆசியக் கண்டத்தின் முதல் நோபல் பரிசை வென்ற தமிழர், சர் சி.வி.ராமன்தான் அது. இவரது முயற்சிகளினாலேயே இருவரும் இந்தியாவிற்கு மீண்டும் கிடைத்தனர்.

அணுசக்தி ஆணையத்தின் ஒரு பகுதியாக 1962ல் இந்திய தேசிய விண்வெளி ஆராய்ச்சிக் கழகம் (INCOSPAR) உருவாக்கப்பட்டது. அதை உருவாக்கித் தலைமை தாங்கியவர் பேராசிரியர் விக்ரம் சாராபாய். இந்திய விண்வெளி ஆய்வுக் கழகத்தில் பணியாற்ற பொறியாளர்கள் தொழில்நுட்ப வல்லுநர்கள் அனைவருக்கும் அழைப்பு விடுத்தார். நாடெங்கிலும் இருந்து அறிவியல் ஆர்வலர்கள் அழைக்கப்பட்டு நேர்முகத்தேர்வில் வெற்றி கண்டவர்களைக் கொண்டு ஒரு குழு அமைத்தார் பேராசிரியர் விக்ரம் சாராபாய். போர் விமானியாக வேண்டும் என்ற கனவை மயிரிழையில் தவறவிட்ட அப்துல் கலாம், MITயில் முதல் இடத்தில் தேர்ச்சி பெற்ற ஆராவமுதன் போன்றோர் இக்குழுவில் இடம் பெற்றனர்.

இவர்களில் சிலர் அணுசக்தி ஆணையத்தில், அறிவியல் கழகங்களில், பொறியியல் துறைகளில் ஏற்கெனவே பணியில் இருந்தவர்கள், இருந்த வேலையைத் துறந்துவிட்டு இந்தியக் கனவிற்காக இணைந்தார்கள். ஓர் ஆற்றல் மிக்க இளைஞர் படை புதிய சரித்திரம் படைக்கக் கைகள் கோர்த்தது. வந்தாயிற்று சரி,

என்ன செய்யப் போகிறோம், இந்த வேலை நிலைக்குமா? எனப் பல குழப்பங்களுடன் விக்ரம் சாராபாய் முகம் நோக்கினார்கள்.

'சார்! நாம் என்ன செய்யப் போகிறோம்?'

விக்ரம் சாராபாய் தன் ட்ரேட்மார்க் வசீகரப் புன்னகை ஒன்றை உதிர்த்தவாறே கூறினார்.

'ராக்கெட் விடப்போகிறோம்!'

விக்ரம் சாராபாய்

ராக்கெட் ஏவுதளம் அமைப்பதற்காகப் பல இடங்களைப் பார்வையிட்டார் விக்ரம் சாராபாய். கேரள மாநிலம் திருவனந்தபுரத்தில் இருந்து 12 கி.மீ தொலைவில் அமைந்துள்ள கடற்கரை கிராமம், 'தும்பா'. புவியின் சுற்றுப்பாதையை நோக்கி ராக்கெட்டுகளைச் செலுத்த சரியான இடம் தும்பாதான் எனத் துல்லியமாகக் கணித்தார் விக்ரம். ஆனால் அங்கு ஏவுதளம் மற்றும் ஆய்வுக்கூடத்தை அமைப்பதில் ஒரு சிக்கல் இருந்தது.

ஏவுதளம் அமைக்கப்படவேண்டிய பகுதியில் ஒரு பெரிய கிறித்துவத் தேவாலயம் இருந்தது. பெயர், புனித மேரி மேக்தலின் தேவாலயம். அப்பகுதியைச் சேர்ந்த ஏராளமான மக்கள் வழிபாடு களுக்கு வந்த வண்ணம் இருந்தனர். வேறு இடம் பார்க்கலாம் என்றால் பூமியின் காந்த மையக்கோட்டிற்கு மிக அருகில் வரும் பகுதி இதுதான். இதை விட வேறெந்த இடமும் சரியாக வராது என்பதை உறுதி செய்த கொண்ட சாராபாய், இடத்தைக் கேட்டு விடுவது என முடிவு செய்தார்.

மீனவக் கிராமத்தில், தேவாலயத்திற்குக் கோட் சூட் சகிதம் வந்து நிற்கும் இளைஞர்களைக் கண்டதும் ஒரே வியப்பு. அமைதியாக உள்ளே நுழைந்தார் விக்ரம் சாராபாய். தேவாலயத்தின் பாதிரியார் பிஷப் பீட்டர் பெரேராவின் அருகில் சென்றார். விஷயத்தை விளக்கினார். ஒரு கணம் அதிர்ச்சியும், மறுகணம் நம் ஆலயமா, இந்தியாவை உயர்த்த இருக்கிறது என்ற மகிழ்ச்சியுமாக சில விநாடிகள் யோசித்திருந்தார்.

'நல்லது விக்ரம், இது இறைவனது ஆலயம், அவனது குழந்தை களிடத்தே அதைக் கேட்பதுதான் சரி. வரும் ஞாயிறு பிரார்த்தனைக் கூட்டத்தில் மக்களிடம் கேளுங்கள்!', என்றார்.

இடம் கிடைக்கும் என்ற நம்பிக்கை ஆராவமுதன் மற்றும் அப்துல் கலாமிற்கு அவ்வளவாக இல்லை. ஆனால் கிடைக்கும் எனத்

தீர்க்கமாக நம்பினார் சாராபாய். 'கேளுங்கள், கொடுக்கப்படும்' என்று தானே பைபிள் கூறுகிறது. கேட்போம்!' என்றார்.

ஞாயிறு காலை, மக்கள் நிரம்பியிருக்கும் கூடத்தில் பிரார்த்தனை முடிந்ததும் விக்ரம் மேடையேறினார். இந்தியாவின் கனவுகளைச் சாத்தியப்படுத்த இறைவனின் இந்த இடம் தேவைப்படுகிறது எனத் துவங்கி இங்கு நடக்க இருக்கும் பணிகளை எடுத்துரைத்தார். மக்கள் கண்ணிமைக்காமல் கவனித்தனர். பலவித உணர்வுகள், சலசலப்புகள், கண்ணீர் முகங்கள். 30 நிமிடங்கள் பேசிய பிறகு, உங்கள் இடம் எங்களுக்குத் தரப்படுமா என்று நிறுத்தினார் விக்ரம். எங்கும் அமைதி. ஒருவர் முகங்களை ஒருவர் பார்த்துக்கொண்டனர். ஏதோ சொல்வதற்காகக் குரலைச் செருமினார் பிஷப்.

ஒரு பெரியவர் எழுந்தார். 'உங்களுக்குக் கடவுள் நம்பிக்கை இருக்கிறதா சார்?' என்றார். இதை எதிர்பார்க்கவில்லை எனினும் பொறுப்புடன் பதில் கூறினார் சாராபாய்.

'என் கடமையின்மீதும் நம்பிக்கை இருக்கிறது'.

பிஷப் ஒரு முடிவு செய்தவராக மக்களிடம் கூறினார், 'பிதா சுதன் பரிசுத்த ஆவியின் பெயரால் இறைவனின் இந்த ஆலயத்தை நம் தேசத்தின் வளர்ச்சிக்காகக் கொடுப்பதில் நாம் பெருமையடைய வேண்டும், மகிழ்ச்சி கொள்ள வேண்டும், இங்கு நிகழ இருக்கும் அத்தனை சாத்தியங்களும், சரித்திரங்களாக மாற எல்லாம் வல்ல இறைவன் துணை நிற்பாராக' என்றார்.

மக்கள் அனைவரும் எழுந்து, ஒருமித்த குரலில் 'ஆமென்' என்றனர்.

பிஷப் பெரேரா ஆசிர்வதிக்க, அப்துல் கலாமும், ஆராவமுதனும் இணைந்து ஆலயத்தில் நுழைந்தனர். இஸ்ரோ தன் இயக்கத்தைத் துவங்கியது. இறைவனின் மூன்று இருப்பாகத் தன் முதல் அணு ஆயுதச் சோதனைக்கு அமெரிக்கா வைத்த பெயர் 'டிரினிட்டி'. ஆனால் அறிவியல் சாதனைகளுக்கு மூன்று கடவுள்கள் இணைந்து ஆசிர்வதித்ததுதான் இந்தியாவின் 'யுனிட்டி'.

நெஞ்சம் கொள்ளாப் பெருமையுடன், இந்திய அன்னை தங்கச் சிறகுகள் விரித்துப் பறக்க ஆயத்தமானாள், வாருங்கள் இணைந்து பறப்போம்.

6

ஒரு துரோகமும், பல பாடமும்...

If you want Peace, prepare for War. - Chinese Shi ji.

50 வருடங்களுக்கும் மேலாக மனிதன் விண்வெளியை ஆராய்ந்து கொண்டிருக்கிறான். பூமியில் தீர்க்கப்படவேண்டிய பொருளாதார மற்றும் வாழ்வியல் சிக்கல்கள் கோடி இருந்தும் பில்லியன் கொட்டி எதற்கு விண்வெளிக்குப் பறக்க வேண்டும். மனித குலத்துக்கு இதனால் என்ன லாபம்? என்ற கேள்விகள் தோன்றலாம். மனிதனால் உருவாக்கப்பட்ட இயந்திரங்கள் விண்வெளியில் நுழைந்த விநாடி முதல் இன்றுவரை அசாத்திய வேகத்தில் முன்னேறுகிறது மனிதகுலம். தகவல்தொடர்பு, வானிலை, மருத்துவம், தொழில்நுட்பம், அறிவியல், செயற்கை நுண்ணறிவு, விவசாயம், கலை, எனப் பல்வேறு துறைகளின் வளர்ச்சியில் ஒரு மிகப்பெரிய பாய்ச்சலை நிகழ்த்தியது, விண்வெளி அறிவியல்.

சிறிய அளவில், எடை குறைந்த ஆனால் சக்தி வாய்ந்த உபகரணங்கள் கண்டுபிடிக்கப்படக் காரணம், விண்வெளிப் பயணம். குறைந்த எடை கொண்ட செயற்கை உடல் பாகங்கள், சூரிய ஒளியில் மின்சாரம் தயாரிக்கும் சோலார்த் தகடுகள் என ஆரம்பித்து, இதயக் கண்காணிப்புக் கருவி, கேன்சர் சிகிச்சை, மொபைல் போன்களின் சிறிய கேமரா முதல் நம் தமிழ்நாடு வெதர்மேன் நண்பரின் அறிவிப்புகள்வரை அனைத்தையும் இங்கு கொண்டுவந்தது, விண்வெளி அறிவியல்.

ராக்கெட் உதவியால் செயற்கைக்கோள்களை சுற்றுவட்டப் பாதையில் விடுக்கிறோம். ஆனால் அது எப்படிச் சுற்றி வருகிறது? எரிபொருளிலா என்றால், நிச்சயம் இல்லை. சுற்றுப்பாதையில் பயணிக்க எரிபொருள் தேவை இல்லை. ஒரு குடுவைக்குள் கோலிக்குண்டைச் சுற்றினால் அது கீழே விழுமா? நீங்கள் நிலையான வேகம் தந்தால் அது கீழ் இறங்குவது இல்லை. சுற்றுவதை நிறுத்தினால் கீழ் விழுந்துவிடும். அதே லாஜிக்தான். ராக்கெட்டில் இருந்து விடுக்கப்படும் இறுதி விநாடிகளில் 25,000 கி.மீ வேகத்திற்குக் குறைவில்லாமல் செயற்கைக்கோள் உந்தி விடுக்கப்படும். இந்த வேகம் போதும், நூறு வருடங்களுக்கு அது கீழிறங்காமல் சுற்றிக்கொண்டே இருக்கும். செயற்கைக்கோள்கள் பயணிக்கும் புவிச்சுற்றுப் பாதைகள் மூன்று.

LEO, MEO, GEO - *பக்கத்துக்கு வீட்டுப் பூனை மியாவ் என்கிறது.*

பூமியின் தரைப்பரப்பில் இருந்து 160 கி.மீ முதல் 2,000 கி.மீ வரை இருப்பது LEO - Low Earth Orbit. இந்தத் தாழ்வுச் சுற்றுப்பாதை ஈர்ப்பு விசைக்கு அருகில் இருப்பதால் குறைந்த பட்சம் 28,000 கிமீ வேகத்தில் செயற்கைக்கோள்கள் பயணிக்கும். 90 நிமிடங்களில் ஒரு முழு வலம் வந்துவிடும். தொலைத்தொடர்பு, இணையம், தமிழ் ராக்கர்ஸ் ஏரியா இது. சர்வதேச விண்வெளி நிலையமும் இங்குதான் பயணிக்கிறது.

MEO - Medium Earth Orbit. *2000 முதல் 35,000 கி.மீ வரை அமைந்துள்ள இந்த இடை நிலைச் சுற்றுப்பாதை GPS செயற்கைக் கோள்களுக்குச் சரியான இடம். லியோவில் வேகம் அதிகம் என்பதால் துல்லியம் இருக்காது. நாம் ஒரு பக்கம் குறிக்க ஊபர் வேறு இடம் வந்து கடுப்பேற்றுவதன் காரணம் லியோதான். மியோவில் 20,000 கி.மீ வேகத்திற்கும் குறைவாகச் சுற்றினால் போதும், 12 மணிநேரத்தில் வலம் வந்துவிடலாம். மேலும் 24 செயற்கைக் கோள்களில் பூமி மொத்தமும் ஒரே நேரத்தில் கவனித்துக் கொள்ளலாம்.*

GEO - Geostationary Equatorial Orbit - *புவியிணக்கப் பாதை. 35,000 கி.மீ மேல் இருப்பது. மூன்று செயற்கைக்கோள்கள் போதும், பூமி மொத்தமும் ஒரே நேரத்தில் தொடர்புகொள்ளலாம். பூமியின் வேகத்திற்கு இணையாகச் சுற்றுவதால் 24 மணி நேரத்தில் ஒரு முழு வலம் வரும். டிஷ் தொலைக்காட்சி ஒளிபரப்பு இங்கிருந்துதான். ஆன்டெனா திருகித் திருகி தெர்தா, தெர்தா எனக் கேட்காமல் டிஷ் சட்டிக்குள் 24 மணிநேரமும் அட்சர சுத்தமாய் தகவல் வந்து விழுக்*

காரணம், பூமி வேகத்திற்கு இணையாக ஒரே இடம் பார்த்துச் சுற்றும் இந்த விஞ்ஞானம்தான். இதற்கு மேல் இருப்பது Graveyard Orbit. மின் மயானம்போல விண் மயானம். நோஞ்சான் மற்றும் காலமான செயற்கைக்கோள்களை இங்கு விட்டுவிடுவார்கள். மேற்கூறிய அனைத்தும் பூமியின் சுற்றுவட்டப் பாதைகள், ஒவ்வொரு கோள்களுக்கும், நட்சத்திரங்களுக்கும் இதுபோல சுற்றுவட்டப் பாதைகள் உள்ளன.

இந்தியா அணிசேராக்கொள்கையைக் கொண்டு அனைத்து நாடுகளிடத்தும் நட்புக்கரம் நீட்டியது. சரி, பாகிஸ்தான் என்ன செய்தது? நான் பொறந்ததே உங்களுக்காகத்தான் எசமான் என அமெரிக்காவின் கையைப் பற்றி முத்தமிட்டுக் கண்களில் ஒற்றிக் கொண்டது. அதன் பலனாய் இந்திய INCOSPAR (பின்னர் இஸ்ரோ) ஆரம்பிக்கப்படும் ஒரு வருடம் முன்பே, 1961ல் பாகிஸ்தானின் விண்வெளி ஆய்வு மையம் SUPARCO ஆரம்பிக்கப் பட்டது. அறிவியல் மையம் ஆரம்பித்தார்கள், ஆனால் ஆய்வு செய்தார்களா?

பாகிஸ்தான் நாடு தோன்றியதில் இருந்து இன்றுவரை அவர்கள் கொண்டிருக்கும் கொள்கைகள் இரண்டு மட்டுமே. இந்தியாவை எதிர்க்கவேண்டும். இந்தியர்களை எதிர்க்கவேண்டும். இது கொண்டே அனுதினமும் மக்கள் மனதில் நெருப்பூட்டிக் குளிர்காய்ந்தன அரசியல் கட்சிகள். பாகிஸ்தான் வரலாற்றின் அனைத்து நிகழ்வும், நகர்வும் இந்தியாவைச் சார்ந்தே இருந்தது. தான் வெல்லவில்லை எனினும், இந்தியா வென்றுவிடக்கூடாது என்பதில் தனிக்கவனம் செலுத்தியது பாகிஸ்தான்.

சதா காலமும் அண்டை நாட்டின் முன்னேற்றத்தின் மீதே கண் வைத்திருந்ததன் விளைவு, பாகிஸ்தானுக்கு அமெரிக்காவைத் தவிர வேறு எந்த நாடுகளின் உறவுகளும் கிட்டவில்லை. அமெரிக்காவின் உதவிகள்கூட இந்தியாவின் மீது கண் வைப்பதற்குத்தான். ஆனால், இந்தியா உலகநாடுகள் அனைத்திற்கும் நேசக்கரம் நீட்டியது. மதச்சார்பற்ற எங்கள் தேசத்தின் வளர்ச்சிக்கு, முன்னேற்றத்திற்கு ஆதரவு தாருங்கள் என அறைகூவல் விடுத்தது. எப்படி ஐரோப்பிய நாடுகளுக்குள் ஒற்றுமை நிலவுகிறதோ, அதேபோல ஆசிய நாடுகளும் ஒற்றுமையாகக் கைகள் கோர்க்கவேண்டும் என விரும்பினார் நேரு.

ஆனால் சுதந்திரம் பெற்ற சில வாரங்களிலேயே காஷ்மீரைத் தாக்கி கம்பு சுழற்றியது பாகிஸ்தான். ஆகவே சீனாவுடனான உறவைப்

பலப்படுத்தினார் நேரு. இரு நாடுகளுக்குள்ளான உறவை மேம்படுத்த பஞ்சசீலக் கொள்கைகள் வடித்தார். 'இந்தியா - சீனா பாய் பாய்' - 'இந்தியாவும் சீனாவும் சகோதரர்கள்' எனப் பெருமை பொங்கச் சொன்னார். ஆனால் கம்யூனிச தேசம் சீனா காலம் பார்த்துக் காத்திருந்தது. அன்பும், அறிவியலும் மட்டுமே ஒரு நாட்டிற்குப் போதாது, ஆயுத பலமும் முக்கியம் என இந்தியா உணர்ந்த தருணமும் அதுதான்.

தும்பாவில் ராக்கெட் ஏவுதளம் அமைக்கும் பணிகள் படு ஜூராகத் துவங்கின. இடம் தந்து உதவிய மக்களுக்கு இன்னொரு தேவாலயம் அருகில் அமைத்துத் தந்திருந்தார் விக்ரம் சாராபாய். நூற்றுக் கணக்கான குடும்பங்கள் சிரமம் பாராமல் இடம் பெயர்ந்தார்கள். கட்டிட வசதிக் காகக் காத்திருக்காமல் தேவாலயத்தின் ஒரு பகுதியில் பணிகளைத் துவக்கியிருந்தார்கள் இளம் விஞ்ஞானிகள். பிரார்த்தனைக்கூடம்தான் ஆய்வகம். பிஷப் தங்கியிருந்த அறைதான் ராக்கெட்டுகள் வடிவமைப்பு மற்றும் வரைபட அறை. இடம் பெயர்தலில் சிலைகளை இடம் மாற்றுவது சிரமம் என்பதால் தேவாலயத்திலேயே இருந்தது புனித மேரி மேக்தலின் சிலை. தும்பா ஏவுதளத்தின் ஆரம்ப கால ராக்கெட்டுகள் புனித மேரி மேக்தலின் முன்னிலையில்தான் பொருத்தப்பட்டது.

நேருவின் கோரிக்கையால் ராக்கெட் தொழில்நுட்பம், டெலிமெட்ரி, ரேடார் கண்காணிப்பு குறித்து அறிய சில விஞ்ஞானிகள் நாசாவிற்கு அனுப்பப்பட்டிருந்தனர். நாசாவில் இந்திய விஞ்ஞானிகள் அனுமதிக்கப்பட்டார்களே தவிர இந்தப் பயிற்சிக் காலத்தில் தொழில் நுட்பத்தையோ, வழிமுறைகளையோ கண்ணில்கூடக் காட்டவில்லை நாசா. ராக்கெட் உருவாகும் இடங்களை பார்வையிடக்கூட அனுமதிகள் மறுக்கப்பட்டது. நாசாவின் கடைநிலை ஊழியனுக்குத் தரப்படும் முதல் கட்டப் பயிற்சிகளை வைத்தே ஒப்பேற்றி அனுப்பியது நாசா. இதைக் கூட எதிர்பாராமலா சென்றிருக்கும் நம் இளைஞர் படை. கெடுபிடிகளின் ஊடே ராக்கெட் ஏவு கலை கற்றுத் தேர்ந்தது. இதில் அப்துல் கலாமும், ஆராவமுதனும் அடக்கம்.

இந்தியாவிலிருந்து ஏவப்பட இருக்கும் முதல் சோதனை ராக்கெட் NIKE APACHE உடன் வந்து சேர்ந்தது குழு. தும்பா ஏவுதளம் தயார் செய்யப்பட்டது. ஆறுமாத உழைப்பிற்குப் பிறகு 21, நவம்பர் 1963-ல் ஏவுவது எனத் தீர்மானிக்கப்பட்டது. ஹோமி பாபா, கேரள மாநில ஆளுநர், மாவட்ட ஆட்சியர் என முக்கியஸ்தர்கள் அனைவரும் குழுமியிருந்தனர். ராக்கெட் சீறிப் பாய்வதைக்காண மக்கள்

ஆவலாகக் காத்திருந்தனர். இதுவரை கண்டிரா ஒரு நிகழ்வல்லவா! 20 அடிகள் உயரம் கொண்ட ராக்கெட்டின் பாகங்கள் லாரி மற்றும் சைக்கிள் மூலம் ஏவுதளத்தை வந்து சேர்ந்தது. வசதிகளைப் பொருட்படுத்தாமல் இருப்பதைக் கொண்டே எதையும் சாதிக்கும் இஸ்ரோவின் வரலாறு இந்த சைக்கிளில் இருந்துதான் துவங்கி இருக்க வேண்டும். ஏவுகலனில் (Launcher) ராக்கெட் பொருத்தப்பட வேண்டிய இறுதிக்கட்டத்தில் அதைத் தாங்கிப் பிடித்திருந்த கிரேனில் ஹைடிராலிக் கசிவு ஏற்பட சரியத் துவங்கியது ராக்கெட். ஆதனால் கூடியிருந்த அத்தனை கைகளாலும் சேர்த்துப் பிடித்துத் தூக்கிப் பொருத்தப்பட்டது NIKE APACHE.

5... 4... 3... 2... 1...

அடக்குமுறையில் இருந்து விடுபட்ட தேசமாக அதி உத்வேகத்துடன் கிளம்பியது அப்பாச்சி. 20 கி.மீ உயரம் கடந்ததும், திட்டமிட்டபடி சோடியம் ஆவியை வெளியிட்டவாறு மேல் நோக்கிப் பயணித்தது. சோடியம் ஆவி அமைக்கும் புகைத்தடத்தின் மூலம், உயர் வளிமண்டல நகர்வுகளைச் சோதிப்பதே இதன் நோக்கம். எதிர்பார்த்தபடி வளிமண்டலத்தின் 200வது கி.மீ வரை ஒரு வெண்ணிறக் கோட்டை வானத்தில் வரைந்தது ராக்கெட். சூரியனின் தங்கக் கதிர்கள் அதில் நுழைய, செம்மையும் வெண்மையுமாக, இந்தியாவின் விண்வெளி வருகையை எட்டுத்திக்கிலும் உறுதி செய்தது 'அப்பாச்சி'. இந்தியாவில் முதல் ராக்கெட் வெற்றிகரமாக ஏவப்பட்ட செய்தி நாசா வளாக ஒலிபெருக்கிகளில் அறிவிக்கப்பட்டது.

ஆனால் ராக்கெட் சோதனை ஏவல், பாராட்டுகளை மட்டுமல்ல விமர்சனங்களையும் சேர்த்தே பெற்றது. இருக்கும் வறுமையில் இந்த ஞானம் நமக்கு அவசியமா? கழிப்பறை இல்லாத தேசத்திற்கு கனவுகள் எதற்கு என்ற விமர்சனங்கள் ஒருபுறம். உலகத்தின் இறுதிநாள் நெருங்கிவிட்டது, நிறம் மாறிய வானம், வேற்றுக்கிரக வாசியின் வரவா என்றும் ஒரு கூட்டம் கிளம்பியது. ஆனால் இதற்கெல்லாம் தளரவில்லை நேரு. அவரும் சரி, விக்ரம் சாராபாயும் சரி, விண்வெளியில் இந்தியாவின் பங்கு நிச்சயம் இருக்க வேண்டும் என நம்பினார்கள். வறுமையை விஞ்ஞானம் மற்றும் தொழில்நுட்பத்தின் வளர்ச்சிகொண்டே போக்க முடியும்... மேலும் அறிவியல் கண்டுபிடிப்புகள் மக்களின் அடிப்படைத் தேவைகளை நிச்சயம் பூர்த்தி செய்யும் என உறுதியாக நம்பினார் நேரு.

நம்பிக்கை! எது பலமோ அதுவே நேருவின் பலவீனமாகவும் ஆனது.

சோவியத்திற்கு அடுத்து சீனாவிடம் தன் எல்லையை அதிக அளவில் பகிர்கிறது இந்தியா. மக்மோகன் கோடு, ஜான்சன் கோடு என அறியப்படும் இந்த எல்லைகளைப் பிரித்தது ஆங்கிலேயர்கள். இந்திய மேற்கு எல்லையில் உள்ள அக்சாய் சின் பகுதி ஜான்சன் கோட்டின்படி காஷ்மீரின் ஒரு பகுதி என்றது இந்தியா. இது சீனாவின் ஒரு பகுதி என்று மக்மோகன் கோடு எல்லை வரைபடங்களை வெளியிட்டது சீனா. இந்த சொந்தம் கொண்டாடுதல் பல ஆண்டுகளாக இருந்து வந்தாலும் சீன-இந்திய உறவை இது எந்த அளவிலும் பாதிக்கவில்லை. அக்சாய் சின் இந்தியாவிற்குச் சொந்தம் என நேரு கூறியதை சீன அரசு மறுக்கவும் இல்லை. இந்தப் பகுதிகளுக்கு உரிமை கோரப்போவதில்லை என்றே சொல்லி வந்தது.

1950களில் திபெத் தனது நாட்டின் ஒரு பகுதி என சீனா மீண்டும் அதை ஆக்கிரமித்தது. அதன் மதத்தலைவரும் அரசுத்தலைவருமான 14வது தலாய் லாமா இந்த ஆக்கிரமிப்பை எதிர்த்துப் போரிட்டார். திபெத்தில் கிளர்ச்சி வெடித்தது. சீனப்படைகளின் வலிமை முன்பு திபெத்தியர்கள் கிளர்ச்சி தோல்வியுற, சிறு படை உதவியுடன் 31 நாட்கள் பல நூறு கி.மீ நடந்து 1959, ஏப்ரல் 18ல் இந்தியாவில் தஞ்சமடைந்தார் தலாய் லாமா. இது தெரியாத சீனா, திபெத் எங்கும் அவரைத் தீவிரமாகத் தேடியது. அவரது ஆதரவாளர்களை மிரட்டியது. ஆயிரக்கணக்கான திபெத்தியர்கள் கொல்லப்பட்டனர். ஆனால் ஒருவர்கூட தலாய்லாமாவின் இருப்பிடத்தை காட்டிக் கொடுக்கவில்லை. தலாய்லாமா இந்தியாவில் தஞ்சம் புகுந்தது தெரிந்து இந்தியாவை மிரட்டியது சீனா. அவரை வெளியேற்ற மறுத்துவிட்டார் நேரு. இந்த அரவணைப்பு சீனாவின் கோபத்தைக் கிளறியது. இந்தியாவைக் கழுத்தறுக்கச் சரியான சமயம் பார்த்துக் காத்திருந்தார் சீன அதிபர் மா சே துங்.

கியூபா தேசம் தெரியுமல்லவா, சாண் பிள்ளை ஆனாலும் ஆண் பிள்ளை என்பார்களே, அதுபோல அமெரிக்காவின் காலிற்குக் கீழே துக்கடா என இருந்தாலும் அதன் அதிகாரத்திற்கும், பிரித்தாளும் சூழ்ச்சிக்குக் கட்டுப்படாமல் தலையில் ஏறி மிதிக்கும் கரீபியத் தீவு அது. 1959ல் கம்யூனிசப் புரட்சிப்படை அதிகாரத்தைக் கைப்பற்றியது. அதன் தலைவர் ஃபிடல் காஸ்ட்ரோ கியூபா நாட்டுப் பிரதம மந்திரியாகப் பொறுப்பேற்றார். உலக நாடுகளின் நாட்டாமையாக நானிருக்க, என் காலிற்குக் கீழே கம்யூனிச தேசமா என கொதித்தெழுந்தது அமெரிக்கா. பிரதமர் காஸ்ட்ரோவை போட்டுத்தள்ள எத்தனையோ பிரயத்தனங்கள் செய்தது. ஒன்றும் முடியவில்லை. இதில் கடுப்பான ஃபிடல் காஸ்ட்ரோ,

சோவியத்துடன் இணைந்து அமெரிக்காவை அலற வைக்க முடிவு செய்தார். வரலாற்றில் அமெரிக்கா அத்தனை சத்தமாக என்றும் அலறி இருக்காது. அப்படி ஒரு திட்டம் அது.

அக்டோபர் 16, அமெரிக்காவின் உளவு விமானம் வழக்கம்போல கியூபா மீது சாவதானமாகப் பர்கர் கடித்துப் பறந்திருந்தது. கீழே ஏதோ அசந்தர்ப்பமாகத் தெரிய, புகைப்படங்களைக் கிளிக்கினார் விமானி. அதைக் கழுவிப் பார்த்ததும் அமெரிக்காவின் ஈரக்குலை நடுங்கி விட்டது. ஒரு நியூக்ளியர் ஏவுகணை நிறுவுவதற்கான பணி துவங்கியிருந்தது. அங்கிருந்து தாக்கினால் சில நிமிடங்களில் அமெரிக்க நகரங்கள் காலி. அலறி எழுந்தது அமெரிக்கா. தன் தன்மானத்திற்கு இழுக்கு வந்ததாக முகம் சிவந்தது.

குட்டித் தேசம் கியுபாவிற்கு நியுக்ளியர் ஏவுகணை எப்படிக் கிடைத்தது என ஆச்சர்யப்பட வேண்டாம். சோவியத் அதிபர் நிகிதா குருசேவின் இந்த அதிரடிக்குப் பின்னணியில் ஒரு காரணம் இருந்தது. ஐரோப்பிய மற்றும் துருக்கி நாடுகளில் உள்ள ராணுவத் தளங்களில் இதேபோல நியூக்ளியர் ஏவுகணைகளை சோவியத்தைக் குறி பார்த்து நிறுவியிருந்தது அமெரிக்கா. ஏவுகணைகள் இருக்கும் வரை சோவியத்தால் ஒன்றும் செய்ய முடியாது என நினைத்திருந்தது. அதற்கு பதிலடியாகத்தான் கியூபாவில் இருந்து குறி வைத்தது சோவியத்.

அமெரிக்கச் சரித்திரத்தில் எந்தக் கத்தியும் அதன் கழுத்துக்கு இத்தனை அருகில் வந்ததில்லை, கோபத்தில் பதறி, நடுங்கி, வெகுண்டெழுந்தது அமெரிக்கா. ஒரு கை பார்த்துவிடலாம் என துருக்கியில் இருக்கும் நியூக்ளியர் ஏவுகணையைத் தயார் செய்யச் சொன்னது. கியூபாவைச் சுற்றி தன் கப்பல்களை நிறுத்தியது. அதே சமயம் இன்னும் சில ஏவுகணைகளைச் சுமந்துகொண்டு சோவியத்தில் இருந்து கப்பல்கள் வர, அதை மறித்து நின்றது அமெரிக்கக் கடற்படை. என்ன நிகழுமோ எனக் கதி கலங்கியது காரீபியக்கடல்.

ஒரு பொத்தானை மாற்றி மாற்றி அழுத்தினால் இரு நாடுகளும் காலி. பதற்றமும், உயிர்ப்பயமும் இரு நாட்டு மக்களையும் சூழ்ந்தது, அக்டோபர் 22, 1962 (ஆறுநாட்களுக்குப் பிறகு) அமெரிக்க அதிபர் ஜான் கென்னடி தொலைக்காட்சியில் தோன்றி, 'இதுதான் விஷயம், நாட்டின் பாதுகாப்பிற்கு ஊறு ஏற்படும் பட்சத்தில் அமெரிக்கா அணு ஆயுதப் போரில் இறங்கவும் தயங்காது' என அறிவித்தார். பிட்சா, பியர் சகிதம் அமெரிக்கர்கள் நிலவறையில் இறங்கினார்கள்.

இந்த வரலாற்றுப் புகழ்மிக்க Stand-off 13 நாட்கள் நீடித்தது. பல கட்ட முயற்சிகள், கோரிக்கைகள், ஒப்புதல்களுக்குப் பிறகு இரு நாடுகளும் சமாதானம் அடைந்தது. தங்களுக்குள் ஏற்படுத்திக் கொண்ட உடன்படிக்கையின்படி பொதுமக்கள் முன்னிலையில் ஏவுகணையைப் பிரித்து மீண்டும் தங்கள் நாட்டிற்கு சோவியத் எடுத்துச் செல்லவேண்டும். பதிலுக்கு அமெரிக்கா இனிமேல் கியூபாவைத் தாக்குவதோ, குழப்பம் விளைவிப்பதோ கூடாது என்பதே மக்களிடத்தில் அமெரிக்கா தெரிவித்த பகிரங்க உடன்படிக்கை. துருக்கி மற்றும் ஏனைய தளங்களில் சோவியத்தைக் குறி வைத்திருக்கும் ஏவுகணைகளை விலக்கிவிடும் என்பது ரகசிய உடன்படிக்கை. கீழே விழுந்தாலும் மீசையில் மண் ஒட்டக்கூடாது, அதுதான் அமெரிக்கா. அதனால்தான் அவர்கள் மீசையே வைப்பதில்லை என நீங்கள் சொல்வது கேட்கிறது.

இரு வல்லரசுத் தேசங்களும் குழப்பத்தில் இருந்த இந்த 13 நாட்களைப் பயன்படுத்திக் கொண்டார் மா சே துங். அக்டோபர் 20, 1962ல் காஷ்மீரின் லடாக் பகுதியில் நுழைந்து, இந்திய ராணுவத்தைத் தாக்கியது சீனா. தொலைத்தொடர்புகளைத் துண்டித்தது. தாக்குதலை இந்தியத் தலைமை அறியும்முன்பே வடகிழக்கு எல்லையான மக்மோகன் கோடுவரை மளமளவென முன்னேறியது.

சீனாவின் அதிரடித் தாக்குதலை எதிர்பார்க்காத இந்தியா, பதில் தாக்குதல் நடத்தத் திணறியது. உண்மையில் போர் துவங்கும் இறுதி விநாடிவரை சீனா நம்மைத் தாக்காது என்றே நம்பியிருந்தது அரசு. கடல் மட்டத்தில் இருந்து 14,000 அடி உயரத்தில் நடந்த இந்தத் தாக்குதலில் இந்தியத் தரப்பில் 20,000 வீரர்கள் சீனாவின் 80,000 வீரர்களை எதிர்க்க முடியாமல் பின் வாங்கினர். சிலர் பூடானில் தஞ்சமடைந்தனர். புதர்களுக்கு நெருப்பு வைத்துக் குழப்புவது, சுற்றி வளைத்துத் தாக்குவது என சீனா இறங்கி அடித்தது.

வலிமையில்லாத ராணுவமும், அதன் தலைமைக் குழப்பங்களும் இந்தியாவைப் போரில் படு தோல்வி அடைய வைத்தன. போரில் இந்திய தரப்பில் 1,300 வீரர்களும், சீனர்களில் 730 வீரர்களும் பலியாகினர். 4,000 இந்திய வீரர்களைக் கைதிகளாகப் பிடித்து வைத்துக்கொண்டது சீன ராணுவம். போரை நிறுத்த வேண்டி அமெரிக்காவின் உதவி கோரினார் நேரு. கியூபா ஏவுகணை மும்முரத்தில் இந்தியாவின் கோரிக்கைகளுக்குச் செவி சாய்க்க வில்லை அமெரிக்கா. மா சே துங்கின் திட்டமே அதுதானே. 30 நாட்கள் தாக்குதலுக்குப் பிறகு போரை நிறுத்துவதாக சீனா

அறிவித்தது. அக்சாய் சின் பகுதியை நிரந்தரமாக சீனா வசம் இழந்தது இந்தியா.

இந்தியக் குடியரசுத் தலைவர் ராதாகிருஷ்ணன் மத்திய அரசைக் கடுமையாகச் சாடினார். சீனாவைச் சுலபமாக நம்பியதற்கும், தாக்குதல் சாத்தியங்களைப் புறக்கணித்ததற்காகவும் கண்டித்தார். பாதுகாப்புத்துறை அமைச்சர் கிருஷ்ண மேனன், போர் தளபதி ஜெனரல் பி.எம். கெளல் ஆகியோர் பதவி விலகினர். நாடாளு மன்றத்தில் மனம் திறந்தார் நேரு. 'நவீன உலகின் உண்மையில் இருந்து விலகி இருந்தோம், நாங்களே உருவாக்கிய செயற்கையான சூழலில் இருந்தோம், அது நம்மைத் தோல்வியுற வைத்தது', எனத் தன் தவறை ஒப்புக்கொண்டார்.

1950களில் சீனாவில் உள்நாட்டுப்போர் உச்சத்தில் இருந்த சமயத்தில் சீனாவின் நிரந்தர உறுப்பினர் பதவியை இந்தியாவிற்குத் தர முன்வந்தது ஐக்கிய நாடுகள் சபை. ஆனால் இந்தியா இதை ஏற்றுக் கொண்டால் இருநாடுகளின் நல்லுறவில் மனவருத்தங்கள் ஏற்படும், ஆகவே வேண்டாம் என மறுத்திருந்தார் பிரதமர் நேரு. அப்படியாக நண்பன் என நினைத்து உறவாடிய சீனா, முதுகில் குத்தியதை நேருவால் ஏற்றுக்கொள்ள முடியவில்லை.

துரோகம் தந்த வலியில், கடும் மன உளைச்சலால் நேருவின் உடல்நிலை பாதிக்கப்பட்டது. தும்பாவில் முதல் ராக்கெட் ஏவப்பட்ட தினம் காஷ்மீரில் ஓய்வில் இருந்தார் நேரு. 27 மே 1964ல் டேராடூனுக்குத் திரும்பியவர் முதுகில் வலி என மருத்துவர்களை அழைத்தார். மருத்துவர்கள் பரிசோதித்துக் கொண்டிருக்கும்போதே மாரடைப்பால் காலமானார் நேரு. இந்தியாவைத் தன் பொற்கரங்கள் கொண்டு செதுக்கிய ஒரு நவீனச் சிற்பியை, துரோகம் பறித்துக் கொண்டது. தேசத்தின் இரண்டாம் ஒளி விளக்கு அணைந்து போனது. இந்தியா குழப்பத்தில் இருக்கும் சமயம், தனது அடுத்த தாக்குதலுக்கு நாள் குறித்தது பாகிஸ்தான்.

கலைமகளைப் பறிகொடுத்த இந்தியா கதறி அழுதது. சூழ்ந்து சிரிக்கும் கயவர்களிடத்தும், சூழ்ச்சி செய்த தேசங்களிடத்தும் எம் வல்லமையை நிரூபிப்போம் என சபதம் பூண்டது. அறமும், நேர்மையும் எங்கள் வழி, அன்பும் அஹிம்சையும் எங்கள் வாழ்வு என இருந்த தேசமொன்று ஆயுதம் செய்ய முடிவு செய்தது. ஆம், அது அமைதிக்கான ஆயுதம்.

7

ரத்தம் குடிக்கும் காக்கைகள்

இந்தியாவின் இரண்டாவது பிரதமராக லால்பகதூர் சாஸ்திரி தேர்ந்தெடுக்கப்பட்டார். காந்தி பிறந்த தினத்தில் பிறந்த இன்னொரு காந்தி எனத் தயங்காமல் அவரைக் கூறலாம். அந்தளவு நேர்மையையும் காந்திய கொள்கைகளையும் கடைப்பிடித்து வாழ்ந்த மனிதர் லால்பகதூர் சாஸ்திரி.

நேரு இறந்த ஒரே வருடத்தில் இந்தியாவிற்குள் ஊடுருவ முயற்சித்தது பாகிஸ்தான். சீனப் போரில் தோல்வியடைந்த இந்தியாவை எளிதில் வெல்லலாம் என நினைத்தார் அதன் பிரதமர் அயூப்கான். 'ஆபரேஷன் ஜிப்ரால்டர்' என்ற பெயரில் காஷ்மீரில் கலவரங்கள் நிகழ்த்தினார். இந்திய விமான நிலையங்களைக் குறி வைத்து ஊடுருவியது பாகிஸ்தான் ராணுவம்.

உணவுப் பற்றாக்குறை மற்றும் பொருளாதார நெருக்கடியில் இந்தியா சிக்கியிருந்த காலம். ஒரு புறம், போர். பாகிஸ்தானைச் சமாளிக்க இந்தியப் படைகளைக் களமிறக்கினார் சாஸ்திரி. இந்தியப் படைகள் மேற்கு பாகிஸ்தானில் நுழைந்து தாக்கின. பாகிஸ்தான் பின் வாங்கியது. மறுபுறம் உணவுப் பற்றாக்குறையைப் போக்க பசுமைப்புரட்சி திட்டத்தைத் துவக்கினார். விவசாயிகளிடம் உரையாடினார். 'ஜெய் ஜவான், ஜெய் கிசான்' என முழங்கினார் பிரதமர் சாஸ்திரி.

22 நாட்கள் நீடித்த இந்தப் போரின்போது சீனாவும் தன் பங்கிற்கு இந்தியாவை மிரட்டியது. எல்லையில் ராணுவத்தைக் குவித்தால் எங்களின் சீற்றத்தைச் சந்திக்க நேரிடும் என சாஸ்திரிக்குக் கடிதம் எழுதியது சீன அரசு. காரணம்! பாகிஸ்தான் பிரதமர் அயூப்கானும், சீன அதிபர் மா சே துங்கும் நண்பர்கள். இதை புரிந்துகொண்ட பிரதமர் சாஸ்திரி, சீனாவின் பயம் தேவையற்றது. நீங்கள் இந்தியாவைத் தாக்கினால் நாங்களும் திருப்பித் தாக்குவோம் என பதில் அளித்தார். சீனா போரில் இறங்கவில்லை. பாகிஸ்தான் உடனான போரை நம் ராணுவம் வென்றது. உணவுப் பஞ்சத்தை நம் விவசாயிகள் வென்றனர். இந்திய ராணுவத்தின் கை ஓங்கியிருந்த நிலையில் போரை உடனடியாக நிறுத்த இரு நாடுகளையும் வல்லரசுத் தேசங்கள் நிர்ப்பந்தித்தன. சுமூகமாகப் பேசித் தீர்த்துக் கொள்ளலாம் வாருங்கள் என அழைத்தார்கள்.

ஐநா அழைப்பின் பேரில் சோவியத் யூனியன் தாஷ்கன்ட் நகரச் சந்திப்பில் கலந்துகொண்டார் சாஸ்திரி. ஜனவரி 11, 1966 அன்று இந்தியா-பாகிஸ்தான் போர் நிறுத்த உடன்படிக்கைகளில் கையெழுத்திட்டார். கையெழுத்திட்ட சில மணி நேரங்களில் மர்மமான முறையில் இறந்து போனார். மாரடைப்பால் உயிரிழப்பு நேர்ந்ததாக அறிவித்தார்கள். சாஸ்திரியின் உடல் விமானம் மூலம் இந்தியா வந்தடைந்தது. இவரது இறப்பில் இருக்கும் மர்மம் இன்றளவிலும் தொடர்கிறது. தன் 30 வருட அரசியல் வாழ்வில் இணை அமைச்சராக இருந்து பிரதமர் பதவிவரை உயர்ந்த சாஸ்திரி அவர்களுக்குச் சொந்தமாக ஒரு வீடு கூட கிடையாது. பிரதமரான பின்னர் தவணை முறையில் ஒரு கார் வாங்கியிருந்தார். அவரது மறைவிற்குப் பிறகு அதன் நிலுவைத் தொகையை தள்ளுபடி செய்வதாக அறிவித்தது அரசு. ஆனால் அதை மறுத்து, தன் ஓய்வூதியத்திலிருந்து அக்கடன் முழுவதையும் திருப்பிச் செலுத்தினார் அவரது மனைவி லலிதா சாஸ்திரி.

ஜனவரி 23, 1966, பின் இரவு: (பிரதமர் சாஸ்திரி மரணமடைந்த 12வது நாள்)

பம்பாய் ஸஹர் விமான நிலையம் சில வருடங்களில் தன் பெயர் சத்ரபதி சிவாஜி என மாறப்போவது தெரிந்தோ என்னவோ, வீரமாக விழித்திருந்தது. ஒரு பெரிய மரத்தின் கூடுகளிலிருந்து இரை தேடிக் கிளம்பும் பறவைகள்போல, கான்க்ரீட் கூடுகளிலிலிருந்து அலுமினியப் பறவைகள் ஒவ்வொன்றாக எஞ்சின்களை உயிர்ப்பித்து, ரன்வேயில் படபடத்து, வானில் பறக்கத் துவங்கின. 'கஞ்சன்ஜங்கா' என சிகப்பு வண்ணத்தில் தன் பெயரை விலாவில்

பச்சை குத்தியிருந்த போயிங்-707 ஏர் இந்தியா விமானம் தன் லண்டன் பயணத்திற்காக ஆயத்தமானது.

விமான நிலைய இருக்கையினுள் அமர்ந்திருந்த பத்து வயதுச் சிறுவனுக்கு இதில் எதிலும் லயிப்பில்லை. அவனது சிந்தை முழுவதையும் ஒரு கேள்வி ஆக்கிரமித்திருந்தது! தன் கையில் வைத்திருந்த அறிவியல் புத்தகத்தை மீண்டும் திறந்து பார்த்தான். யோசித்தான்! எதிரில் அமர்ந்திருந்த நபரை ஐந்தாவது முறையாகப் பார்த்தான். அவர் முகத்தில் சோகம் கவிழ்ந்திருந்தது. சிறுவனுக்கு ஒன்று உறுதியாக வேண்டும். இந்திய அணு அறிவியலின் தந்தை எனக் குறிப்பிட்டு ஒரு கோட் சூட் ஆசாமியின் புகைப்படத்தை இதில் வெளியிட்டிருக்கிறார்கள். மேலும் இவர் இந்திய அணுசக்தியின் முன்னேற்றத்திற்காக மூன்று கட்டச் செயல் திட்டங்களை உருவாக்கியவர் என்றும், இயற்பியல் ஆராய்ச்சி களுக்காக இருமுறை நோபல் பரிசிற்குப் பரிந்துரைக்கப்பட்டவர் என்றும் எழுதியிருந்தது.

ஆள் பார்ப்பதற்குப் புகைப்படத்திலும் நேரிலும் ஒருவர்போல இருந்தாலும், போய்க் கேட்பதற்குத் தயக்கமாக இருந்தது. காரணம்! இரண்டிலும் அவர் சிரிக்கவில்லை. மேலும் அணுசக்தி என்றதும் அடிவயிற்றில் ஒரு சக்தி கலங்கியது. கால்சட்டை நனைவதைப் போன்ற உணர்வு! பயம் என்றும் சொல்லலாம். ஆகவே கேட்கும் வைபவத்தைக் கைவிடுவது என நினைத்திருக்கும் போதே, சிறுவனை நிமிர்ந்து பார்த்தார் அவர். சடாரெனத் தலையைத் திருப்பிக் கொண்டான் சிறுவன். வேறு எங்கோ பார்ப்பதைப்போல ஓரக்கண்ணால் அவரைப் பார்த்தான்.

சிறுவனது சேட்டைகளைக் கண்டதும் அவரை அறியாமல் புன்னகை பூத்தார் பாபா. இப்புன்னகை நிகழ்வின் வெளிப்பாடு என்றாலும், அதற்கு மற்றுமொரு காரணமும் இருந்தது. குழந்தைகளைக் காணும் போதெல்லாம் நினைவில் வரும் அவர் நண்பரும், இந்தியாவின் முதல் பிரதமருமான ஜவஹர்லால் நேரு குறித்த நினைவுகளே அது! என்ன ஓர் ஆளுமை, எத்தனை திட்டங்கள்! அறிவியலின் மீதும், தொழில்நுட்பத்தின் மீதும் நம்பிக்கை கொண்ட ஒரு மனிதன் ஒரு தேசத்தை ஆளும்போது அதன் வளர்ச்சிக்கு என்ன குறை நேர்ந்து விட முடியும். இந்த ஆளுமைக்காகத்தானே கேம்ப்ரிட்ஜ் பல்கலைக் கழகத்தில் பயின்றாலும் பிரிட்டனில் ஆராய்ச்சியில் ஈடுபட்டிருந்தாலும், விடுமுறைக்கு இந்தியா வந்த என்னால் திரும்பிச் செல்ல

முடியவில்லை. இந்த தேசம் குறித்த கனவுகளும், லட்சியங்களுமாக அவர் வைத்த கோரிக்கைகள் அப்படி!

இப்போது சிறுவன் சற்று வீரமாகத் தெரிந்தான். 'அணு என்பது ஆயுதமல்ல, அது ஒரு சக்தி, அபரிமிதமானது' என்ற கட்டுரையின் கடைசி வரிகளை வாசித்திருப்பான் போலும், இவரை நோக்கி சில அடிகள் நகர்ந்தான். இவர் நட்புடன் சிரித்தார், அவன் நெளிந்தான். இவரைச் சுற்றி இருந்த கோட் சூட் கூட்டத்தில் பெரும் பான்மையினர் TIFR என எழுதப்பட்டிருந்த அடையாள அட்டையை அணிந்திருந்தார்கள். பயபக்தியுடன் மரியாதையாக அதைப் பார்த்துக்கொண்டார்கள்.

'இது என்ன?' வினவினான்.

மற்றவர்கள் தயங்க, பாபா சொன்னார், 'இது TIFR அடையாள அட்டை... அங்கு பணிபுரிபவர்கள் நாங்கள்.'

'நீங்களுமா?'

'ஆம், அதிலென்ன சந்தேகம்?'

'இதில் நிறுவனர் என்று தவறாக எழுதியிருக்கிறார்கள்', கையிலிருந்த புத்தகத்தைக் காட்டினான்.

'அது சரி!, நிறுவனர் என்பதற்காகப் பணி செய்யாமல் இருக்க முடியுமா?

சுற்றி இருந்தவர்கள் அசர்ப்பந்தமாகச் சிரித்தார்கள், சிறுவனுக்கு கௌரவப் பிரச்னையாகிப் போனது.

'இந்தப் புகைப்படத்தில் இருப்பது நீங்களா? அப்படியென்றால் உங்கள் பெயரை சரியாகக் கூறுங்கள் பார்க்கலாம்' - புத்தகத்தை மூடிவிட்டுக் கேட்டான் சிறுவன்.

'மை டியர், அதில் இருப்பது நானா என்பது தெரியாது, ஆனால் நான் ஹோமி பாபா' என்றார்.

'தவறு!' சிறுவன் தான் இழந்த கௌரவத்தை மீட்ட சிரிப்புடன் கூறினான்.

'நீங்கள் டாக்டர் ஹோமி ஜெகாங்கிர் பாபா. இன்றைய தேதியில் உலகின் மோஸ்ட் வான்டெட் சயின்டிஸ்ட். இந்திய அணு அறிவியலின் எதிர்காலம் நீங்கள்தான் சரியா?'

அவர் ஒரு மின்னல் புன்னகை பூக்க, சிறுவன் தொடர்ந்தான்.

'உங்களிடம் ஒரு கேள்வி, அணு ஆயுதம் தவறில்லையா? அழிவை நோக்கி எதற்கு ஆராய்ச்சி?'

'அணு என்பது அழிவல்ல மை டியர், அது ஆற்றல். உன்னைப் போல, என்னைப்போல, அதை சரியாக வளர்த்தெடுத்தால் அறிவியல், தொழில்நுட்பம், மருத்துவம், விஞ்ஞானம் எனப் பல்துறைகளில் நமை வாழ வைக்கும், உயிர்கள் காப்பாற்றப்படும், உலகம் நம்மைப் போற்றும்,' அடுத்த தலைமுறைக்கான பொறுப்புடன் பதில் கூறினார் பாபா.

'ஆனால் அதன் விளைவுகள் சற்று பயமாக இருக்கிறதே!'

'இருக்கும்! பயம்தான் எதிரிகளிடமிருந்து பாதுகாப்பையும் கொடுக்கும்.'

சிறுவன் சற்று நிதானமானான், ஒரு தெளிவுடன் கைகளை நீட்டினான்.

'என்ன?'

'அட! பயப்படாமல் கைகளை நீட்டுங்கள்.'

ஹோமி பாபா கைகளை நீட்டினார்.

அவர் கைகளைப் பிடித்து 'ஜெய்ஹிந்த்' என்று குலுக்கிவிட்டு தன் இருக்கையை நோக்கி ஓடினான் சிறுவன். விமானம் புறப்பாட்டிற்குத் தயார் என அறிவிப்பு வந்ததும் பயணிகள் தங்கள் உடைமைகளை எடுத்துக்கொண்டு விமானத்தை நோக்கி நடக்கத் துவங்கினார்கள். விஞ்ஞானிகள் கூட்டம் பரஸ்பர கைகுலுக்கல்கள், வாழ்த்துகள் சொல்லி விடைபெற்றது.

பாபா தன் கையில் இருந்த கருப்பு பெட்டியைத் திறந்து பார்த்தார். ஒரு பழுப்பு நிறக் கோப்பின் மீது C5 - CONFIDENTIAL என்று முத்திரை வைக்கப்பட்டிருந்தது. அதனுள் இருக்கும் காகிதங்கள் இந்தியாவின் எதிர்கால அணுசக்தித் திட்டங்கள் குறித்தவை. வியன்னாவில் நடக்க இருக்கும் சர்வதேச அணுசக்திக் கருத்தரங்கில் சமர்ப்பிக்கப்பட வேண்டியவை. அதில் கையெழுத்திட்டிருந்தது இந்தியாவின் இரண்டாவது பிரதமர் லால்பகதூர் சாஸ்திரி. அணுகுண்டுச் சோதனைக்கு இந்தியாவைத் தயார் செய்யுங்கள் என சொன்ன இரும்பு மனிதன் இப்போது இல்லை. லால்பகதூர் சாஸ்திரி தாஷ்கன்டில் மர்மமான முறையில் மரணமடைந்து 12 நாட்களே ஆகியிருந்தன.

காந்திய வழி வாழ்ந்திருந்தாலும், அணு உற்பத்திக்கும், அறிவியல் ஆராய்ச்சிகளுக்கும் நேருவிற்குப் பிறகு தொடர்ந்து பக்கபலமாய் இருந்தவர் சாஸ்திரி. இறந்துவிட்ட இரு பிரதமர்களின் இந்திய வல்லரசுக் கனவுகளைக் கைகளில் சுமந்தபடி விமானத்தினுள் நுழைந்தார் பாபா. அதைத் தொலைவில் இருந்து பைனாகுலர் கண்களில் உறுதி செய்த அமெரிக்கன் ஒருவன், அருகில் இருந்த தொலைபேசியில் நீண்ட எண்களுக்கு டயலைச் சுழற்றினான்.

ஹோமி பாபா உட்பட 117 உயிர்களைச் சுமந்து கொண்டு ஐரோப்பிய தேசம் நோக்கி பறக்கத் துவங்கியது விமானம். ஒரு சிறுவனைப் போல கீழே சிறிய நிலப்பரப்பாகத் தெரிந்த இந்தியா கண்கள் பனிக்க அவர்களுக்கு விடை கொடுத்தது, இறுதியாக!

அடுத்த நாள், தலைப்புச் செய்திகளில் செய்தித்தாள்கள் ரத்தமயமாய் அலறின. இந்தியாவில் இருந்து கிளம்பிய ஏர் இந்தியா விமானம் ஆல்ப்ஸ் மலையில் மோதியதில் பயணிகள் அனைவரும் உயிரிழந்தனர் என்ற செய்தி உலகை அதிரச்செய்தது.

இந்திய அணுசக்தியின் எதிர்காலம் என்று கருதப்பட்ட பாபாவின் மறைவில் உடைந்து போனது இந்தியா. பிரதமர் உட்பட பெரும் ஆளுமைகள் இருவரின் திடீர் மரணங்கள் இந்தியாவை நிலை குலைய வைத்தன. விபத்திற்குக் காரணம் விமானியின் தவறுதான் என்றும், ஆல்ப்ஸ் மலையைக் கடந்து விட்டோம் எனத் தவறுதலாக எண்ணி மலையின் மீது மோதியுள்ளார் என்றும் விசாரணை அறிவிப்புகள் வெளியாகின. விபத்து நடந்த இடத்தை நெருங்க முடியவில்லை, ஆகவே அங்கிருந்து எந்தப் பொருள்களும் மீட்கப்படவில்லை என்று அதிகாரப்பூர்வமாக அறிவித்தது ஐரோப்பிய அரசு.

அணுசக்தியை ஆதரித்த ஒரு பிரதமரும், இந்திய அணுசக்தி ஆணையத்தின் தலைவரும் 13 நாட்கள் இடைவெளியில் இறந்து போனது பேரதிர்ச்சியையும், கூடவே பெரும் ஐயங்களையும் கிளப்பினாலும் இது குறித்து இந்தியாவால் எதுவும் செய்ய முடியாமல் போனது. தொடர்ந்த விசாரணை அறிக்கைகள், விமானியின் கவனக்குறைவு குறித்த ஊடகச் செய்திகள் மூலம் இது விபத்து என்று உலகம் நம்பத் துவங்கியது.

காலங்கள் கடந்தன. Conspiracy theories எனப்படும் சூழ்ச்சிக் கோட்பாடுகளை மையமாக வைத்து புத்தங்களை எழுதியவர் எழுத்தாளர் கிரெகரி டக்லஸ் (Gregory Douglas). இவர், தனக்கும் அமெரிக்க உளவு அமைப்பான CIAவின் ஓய்வு பெற்ற இணை

இயக்குனர் ராபர்ட் டிரம்புல் க்ரௌலிக்கும் (Robert Trumbull Crowley) இடையேயான பதிவு செய்யப்பட்ட உரையாடல்களைத் தொகுத்து *Conversations with the Crow* என்று புத்தகமாக வெளியிட்டார். இந்த ராபர்ட் CIAவின் நிழல் வேலைகளுக்கு இரண்டாம் நிலைத் தலைமை அதிகாரியாக 70 வருடங்கள் பணியாற்றியவர். ஹோமி பாபா மற்றும் லால் பகதூர் சாஸ்திரி குறித்த கேள்விகளுக்கு, 'இந்தியா அணு ஆயுதம் தயாரிப்பதில் உலக நாடுகளுக்கு உடன்பாடில்லை, எத்தனை முறை எச்சரித்தும் மிரட்டியும் தொடர்ந்து அணு ஆராய்ச்சிகளை மேற்கொண்டனர், ஆக உலகைக் காக்கும் பொருட்டு லால்பகதூர் சாஸ்திரியையும், ஹோமி பாபாவையும் நாங்கள்தான் கொன்றோம்' என்று உரையாடலில் தெரிவித்துள்ளார்.

இவர்கள் இருவரின் தொலைபேசி உரையாடல், புத்தகத்தில் இப்படித் தொடர்கிறது.

'ஹோமி பாபா சென்ற விமானத்தில் குண்டு வைத்தபோது அது மக்கள் பயணிக்கும் விமானம் என்பது தெரியுமா?' என்ற கேள்விக்கு...

'தெரியும், ஃப்ராங்க்லி யார் கவலைப்பட போகிறார்கள்?' என்பதே ராபர்டின் பதில்.

'இது தவறில்லையா ராபர்ட், சிஐஏ எப்படி இதைச் செய்யலாம்?'

'எது தவறு, மாடு மேய்க்கும், பாம்புகளை வழிபடும் ஒரு சாதாரண அடிமை நாடு, அணு ஆயுதம் உற்பத்தி செய்வது தவறில்லையா? இந்தியா இனி அவ்வளவுதான் கிரெகோரி! நாட்டைப் பலப்படுத்த நினைப்பவர்களை அழித்து விட்டால் யார் வருவார்? இனி எவருக்குத் துணிவிருக்கும்?'

ஹோமி பாபா மரணச் செய்தியைத் தாங்கி வந்த செய்தித்தாள்களில், இன்னொரு செய்தியும் பிரசுரமாகியிருந்தது - இந்தியாவின் மூன்றாவது பிரதமராக இந்திரா காந்தி பதவியேற்கிறார்.

8

நெஞ்சே எழு!

ஜனவரி 24, 1966. திருமதி இந்திரா காந்தி இடைக்காலப் பிரதமராகப் பதவியேற்றார். நேருவின் மறைவிற்குப் பிறகு மாநிலங்களவை உறுப்பினராகத் தேர்ந்தெடுக்கப்பட்டு வானொலி மற்றும் தகவல் தொடர்புத்துறை அமைச்சராகப் பணியாற்றியவர், இந்திரா காந்தி. தேசம் இரண்டாவது பிரதமரை இழந்து தவிக்கும் ஓர் இக்கட்டான சூழ்நிலையில் அதை வழிநடத்த நேருவின் மகள்தான் சரி என காங்கிரஸ் தலைமை முடிவு செய்தது. இம்முடிவுக்குப் பின்னணியில் அரசியல் அனுபவம் இல்லாத இந்திரா காந்தி பிரதமராக இருந்தால் தாங்கள் நினைத்ததைச் சாதிக்கலாம் என காங்கிரஸ் மூத்த தலைவர்கள் கருதியதாகவும் சில மாறுபட்ட கருத்துகள் நிலவுகின்றன.

காரணம், பாரதப் பிரதமரின் மகள் என்றாலும் இந்திராவைத் தன் அரசியல் வாரிசாக என்றுமே அறிவித்ததில்லை நேரு. 1959ல் காங்கிரஸ் கட்சியின் தலைவராக இந்திரா காந்தி தேர்ந்தெடுக்கப் பட்டதில்கூட நேருவிற்கு விருப்பம் இல்லை. மகளின் அதிரடிக் குணம், மற்றும் பிடிவாதத்தை நேரு அறியாமல் இல்லை. தன் வாழ்நாளின் 3,000 நாட்களை சிறையில் கழித்தவர் நேரு. அவரது மனைவி இறந்தபோதும் சிறையில்தான் இருந்தார். 1920களில் ஒத்துழையாமை இயக்கத்தை உத்தரப் பிரதேசத்தில் முன் நின்று நடத்தியதற்காகக் கைது செய்யப்பட்டு சிறையில்

அடைக்கப்பட்டார் நேரு. அப்போது மகள் இந்திராவின் வயது 4. விடுதலைப் போராட்டங்கள், சிறை, அரசியல் அனைத்தையும் பார்த்து வளர்ந்தவர் இந்திரா. வீரமும், விவேகமும் அவர் பிறப்பிலேயே இருந்தது. நேரு அன்பு என்றால், இந்திரா காந்தி அதிரடி. அவரது துணிச்சல் மிக்க நடவடிக்கைகள் சாதனைகளைக் குவித்தன, சர்ச்சைகளையும் தோற்றுவித்தன. எதிர்ப்பது யாராக இருந்தாலும் இரும்புக்கரம் ஒன்றே பதிலாகத் தந்தார் பிரதமர் இந்திரா காந்தி.

சீனா பாகிஸ்தானுடனான உறவை வளர்த்தது, ஒப்பந்தங்கள் கையெழுத்திட்டது. பாகிஸ்தான் தன் பிரச்னைக்குரிய 'ஷக்ஸ்கம்' பள்ளத்தாக்கு எல்லைகளை 'இந்தாங்க வச்சுக்கங்க' என சீனாவிற்கு விட்டுக் கொடுத்தது. இந்தியாவின் ராணுவ வலிமையை உலகிற்கு காட்டிய நாடு என நினைத்திருக்கலாம். தன் முன்னேற்றங்களுக்கு இந்தியா ஐந்தாண்டுத் திட்டங்கள் தீட்டுவதுபோல, பாகிஸ்தானும் தீட்டும். இந்தியாவைத் தாக்கும் திட்டங்கள் அது. ஆனால் அடுத்த தாக்குதலின்போது இந்திய ராணுவத்திடம் மரண அடி வாங்க இருப்பது குறித்து பாகிஸ்தான் அப்போது அறிந்திருக்க வாய்ப்பில்லை. காரணம்! இந்திரா காந்தியின் ஆரம்பகால ஆட்சியை 'பொம்மை அரசு' என எதிர்க்கட்சிகளும், இந்திய ஊடகங்களும் சாடினார்கள். 1967 மக்களவைப் பொதுத் தேர்தலில் 'ராய்பரேலி' தொகுதியில் நின்று வெற்றி பெற்றார் இந்திரா காந்தி. அதிரடிகள் துவங்கியது.

ஹோமி பாபாவின் திடீர் மரணத்தால் எதிர்கால அணுசக்தித் திட்டங்கள், வளர்ச்சிகள் குறித்த கவலை நிலவியது. மத்திய அணுசக்தித் துறையைத் தன் நேரடிக் கட்டுப்பாட்டில் கொண்டுவந்த இந்திரா காந்தி அதன் தலைவராகப் பேராசிரியர் விக்ரம் சாராபாயை நியமித்தார். அறிவியல் மட்டுமின்றி இந்தியா தனது ஆயுத இருப்பை, ராணுவ வலிமையைப் பலப்படுத்தத் துவங்கியது. DRDO எனப்படும் பாதுகாப்பு மற்றும் ஆராய்ச்சி அமைப்பு நவீன ஆயுதத் தயாரிப்பில் முழுவீச்சில் களமிறங்கியது.

இந்த இடைப்பட்ட காலங்களில் விண்வெளியில் சோவியத்தின் ராஜ்ஜியம் தொடர்ந்தது. 1961ல் ரஷ்ய விண்வெளி வீரர் யூரி ககாரின் புவி சுற்றுவட்டப்பாதையில் பயணித்துப் பூமி திரும்பினார். அதைத் தொடர்ந்து பெண்களை விண்வெளிக்கு அனுப்பியது சோவியத். ரஷ்யப் பெண் வோலாண்டினா விண்வெளியில் பூமியை 48 முறை வலம் வந்து அழகாகச் சிரித்தார். 1965ல் விண்வெளியில் முதலில் நடந்ததும் / மிதந்ததும் ரஷ்யர்கள்தான். நிலவிற்குத் தொடர்ந்து கலங்களை

அனுப்புவது, புகைப்படம் எடுப்பது என விண்வெளியில் சோவியத்தின் கை ஓங்கி இருந்தது. இதையெல்லாம் கண்ணீர் வடித்தபடி பார்த்திருந்தது அமெரிக்கா.

சோவியத்தின் விண்வெளிப் பாய்ச்சல்கள் அமெரிக்காவிற்குப் பெரும் சவாலாக இருந்தது. இழந்துகொண்டிருக்கும் கௌரவத்தை மீட்கும் வண்ணம் அமெரிக்கா ஏதாவது செய்தாக வேண்டிய கட்டாயத்தில் தவித்தது. உலக மக்களைக் கவரும்படியாக ஒரு கண்கவர் அறிவிப்பை வெளியிட்டது. இன்னும் பத்து வருடங்களில் அமெரிக்கா நிலவில் கால் பதிக்கும், காத்திருங்கள் என அறிவித்தார் அதிபர் ஜான் கென்னடி. 'ஆட்டத்திற்கு நாங்களும் ரெடி', எனத் தயாரானது சோவியத்.

அறிவித்த 9வது ஆண்டு ஜூலை 20, 1969 அன்று கதைகளிலும், கற்பனைகளிலும் வர்ணித்திருந்த நிலவில், கால் பதித்தது அமெரிக்கா. அப்போலோ 11 விண்வெளிக்கலம் தன் 76 மணிநேரப் பயணத்தில் விண்வெளியில் 3,86,242 கி.மீ பயணித்து நிலவை அடைந்தது. விண்வெளிப் போட்டியில் முன்னணியில் இருந்த சோவியத், விஞ்ஞானி செர்கியின் (The chief) மறைவிற்குப் பிறகு பின்தங்கியது. நிலவிற்கு மனிதர்களை அனுப்பும் சோவியத்தின் கனவு நிறைவேறவில்லை. பூமியில் பிறந்த மனிதனை நிலவில் இறங்க வைத்து விண்வெளிப் போட்டியில் ஆரவார வெற்றி வாகை சூடியது அமெரிக்கா.

மூன்று விண்வெளி வீரர்கள் உள்ளடங்கிய அப்போலோ 11 பயணத் திட்டத்தின் கமாண்டர், நீல் ஆர்ம்ஸ்ட்ராங். நிலவின் சுற்றுவட்டப் பாதையை அடைந்ததும் கமாண்ட் மாட்யூல் கலம் தொடர்ந்து பயணிக்க, நீல் ஆர்ம்ஸ்ட்ராங், எட்வின் ஆல்ட்ரின் இருவர் மட்டும் 'கழுகு' எனப் பெயரிடப்பட்ட சிறிய லூனார் கலத்தின் மூலம் நிலவின் மேற்பரப்பில் இறங்குகிறார்கள். தரையிறங்குதலின்போது கணினி தொழில்நுட்பக் கோளாறால் தவறான எச்சரிக்கை, எரிபொருள் காட்டியில் கோளாறு எனப் பலவித சோதனைகளை எதிர்கொண்டது கலம்.

கலத்தின் கால்கள் தரைப்பரப்பைத் தொட்டதும் எஞ்சின் அணைக்கப் பட வேண்டும் என்பதுதான் உத்தரவு, வெப்பம் வெளியேற வழியின்றி கலம் வெடித்துச் சிதற வாய்ப்பிருப்பதால் இந்தக் கட்டளை. ஆனால் கடைசி கட்ட பரபரப்பில் இதை மறந்து விடுகிறார் ஆர்ம்ஸ்ட்ராங். தரைப்பரப்பில் இறங்கி மூன்று நிமிடங்களுக்குப் பிறகே எஞ்சின் இயக்கத்தை நிறுத்தியிருக்கிறார்.

அந்த மூன்று நிமிடங்களும் தரைக் கட்டுப்பாட்டு அறையில் இதயத்தைக் கையில் பிடித்துக்கொண்டு அமர்ந்திருந்தார்கள்.

ஆல்ட்ரின் முதலில் இறங்குவது என்பதுதான் திட்டத்தின் ஆரம்பகால முடிவு. ஆனால் அவர் அமர்ந்திருக்கும் பகுதியில் இருந்து வெளியேறுவது சிரமம் என்பதால் ஆர்ம்ஸ்ட்ராங் தேர்வாகிறார். நிலவில் இறங்குவதற்கு முன், 'இது ஒரு மனிதனின் சிறு அடி, ஆனால் மனித குலத்தின் பெரும் பாய்ச்சல்' எனச் சொல்லி நிலவில் தன் கால் பதித்தார் ஆர்ம்ஸ்ட்ராங். இருபது நிமிடங் களுக்குப் பிறகு ஆல்ட்ரின் நிலவில் இறங்கினார். நிலவில் மனிதன் தடம் பதிக்கும் இந்நிகழ்வானது தொழில்நுட்பம் அவ்வளவாக பரவியிராத அக்காலத்திலேயே 50 கோடி மக்களால் தொலைக் காட்சியில் பார்க்கப்பட்டது.

உலக மக்கள்தொகையில் 15% மற்றும் அமெரிக்கர்களில் 94% மக்கள் நேரடி ஒளிபரப்பாக இதைப் பார்த்திருந்தார்கள். நிலவில் இருந்து வெள்ளை மாளிகைக்குத் தொடர்புகொண்டு அதிபர் நிக்சனிடம் இரு நிமிடங்கள் உரையாடினார்கள். இந்த வரலாற்று உரையாடலை, 10 வருட கடும் உழைப்பின் பலனை கண்கள் பனிக்க, உதடுகள் துடிக்க, நெஞ்சமெல்லாம் பெருமையுடன், பார்த்துக்கொண்டாடினார்கள் அமெரிக்கர்கள். 21 மணிநேரத்திற்கும் மேலாக நிலவில் இருந்த குழு, கிளம்பும் சமயம் எஞ்சினின் இயக்கப் பொத்தான் உடைந்து போனதாம். பேனா போன்ற ஒரு கூரிய வஸ்துவை வைத்து அழுத்தி அதை உயிர்ப்பித்திருக்கிறார்கள். மர்பி விதி.

இத்தனை பொருட்செலவு, பிரயத்தனங்கள் செய்து நிரூபித்த பின்பும், அமெரிக்க நிலவுப் பயணம் என்பதே பொய். இதெல்லாம் செட் போட்டு எடுத்தார்கள். கொடி பறக்கவில்லை, நிழல் தெரியவில்லை, நிலவில் பாட்டி இல்லை, வீரர்கள் மிதக்கவில்லை என்றெல்லாம் சூழ்ச்சிக் கோட்பாடுகள் இன்றளவிலும் களைகட்டுகிறது. நாசா பாவம்.

●

சரி! விண்வெளியில் எதுவும் மிதந்த நிலையில் வலம் வருகிறதே, வீரர்கள், அவர்கள் உணவு, கூட்டுப்பொறியல் எல்லாம் மிதக்கிறதே, காரணம் என்ன? இது தெரியாதா! 'ஜீரோ கிராவிட்டி', அதாவது ஈர்ப்பு சக்தி இல்லை என்பீர்களா. தவறு! விண்வெளியின் அனைத்து இடங்களிலும் சிறிதளவு ஈர்ப்பு சக்தியாவது இருக்கும். அது சுற்றுப் பாதையிலிருந்து தொடர்ந்து உங்களை கீழ்நோக்கி இழுத்துக் கொண்டே இருக்கும். பிறகு நாம் ஏன் கீழே

விழுவதில்லை? ஏனெனில் நீங்கள் பயணிக்கும் வேகம் மணிக்கு 25,000 கி.மீ. நீங்கள் என்றால் உங்கள் கலம், அதுதான் இதை சாத்தியப்படுத்துகிறது.

கோலி அடிக்கும் சிக்ஸ் ஐந்து நொடிகளில் கீழே விழுகிறது என்றால், கெய்ல் அடிக்கும் சிக்ஸ் ஒரு வாரம் ஆனாலும் வானத்திலே இருக்கக் காரணம் என்ன? சாத்தும் வேகம் அப்படி! ஆகவே வேகம் இருக்கும் வரை கீழ் இறங்காது. சரி! ஆனால் மிதப்பு எப்படிச் சாத்தியம், எடை, வகை தொகையில்லாமல் எல்லாம் ஒரே போல மிதக்கிறதே! எப்படி?

தீம் பார்க்குகளில் Free Fall சாகசப் பயணங்கள் ஞாபகம் இருக்கிறதா? உச்சியில் இருந்து தங்கு தடையின்றி இறங்கும்போது பாப்கார்ன், பாக்கெட்டில் இருந்து நழுவும் போன், முன் சீட்டு ரெட்டை ஐடை, வாந்தி எல்லாம் மிதப்பதுபோலத் தெரியும், ஆனால் நீங்கள் மிதப்பதில்லை, ஒரு சேரக் கீழ் விழுகிறீர்கள். இதே லாஜிக்தான் விண்வெளியிலும். விண்கலம், வீரர்கள், ஐண்டுபாம், தேங்கா சட்னி என மொத்தமாகக் கீழ் விழுகிறார்கள். அங்கு தடுப்பதற்குத் தரைப்பரப்புபோல எதுவும் இல்லை, ஆகவே மிதப்பதுபோலத் தெரிகிறது.

•

அமெரிக்கா நிலவில் கால் வைத்த காலம், இந்தியாவில் தும்பா ராக்கெட் தளம் பரபரப்பாக இயங்கத் துவங்கியிருந்தது, இப்போது இந்தியாவிற்கு மட்டுமல்ல, பிரான்ஸ், சோவியத், அமெரிக்கா எனப் பல நாடுகள் தங்கள் சிறிய வகை ராக்கெட்டுகளை ஏவி வளிமண்டலத்தை சோதிப்பதற்கு இத்தளம் பயன்பட்டது. ராக்கெட் ஏவுதல் என்பது தும்பாவில் ஓர் அன்றாடச் செயலாக மாறிப்போனது. 'ஏ! இது செளண்டு சோனிக், அடி போடி கூறு கெட்டவளே! இது சோடியம் வேப்பரு எனப் பாட்டிகள் கூடப் 'Pay Load' பேசினார்கள். முதல் ராக்கெட் அப்பாச்சியை அமெரிக்கா தந்து உதவியதும், பிரான்ஸ் நாடு COTAL எனப்படும் ரேடார் மற்றும் லாஞ்சர் ஏவு கரணம் தந்தது. சோவியத்தும் தன் பங்குக்கு 'அட! இருக்கட்டும், வச்சுக்குங்க' என ஒரு ஹெலிகாப்டரைக் கையில் வைத்து அழுத்தியது. தும்பா ஏவுதள எல்லைகளைக் குறிக்கவும், கண்காணிப்பிற்காகவும் இதைப் பயன்படுத்திக்கொண்டது குழு.

இந்தியா தன் விண்வெளிக் கொள்கைகளில் தெளிவாக இருந்தது. இஸ்ரோவின் பயணம் எப்படி இருக்கவேண்டும் என நிதானமான ஒரு திட்டத்தை வடிவமைத்திருந்தார் பேராசிரியர் விக்ரம்

சாராபாய். 'நாங்கள் யாருக்கும் போட்டியல்ல, யாருக்கும் சளைத்தவர்களும் அல்ல, விண்வெளி ஆராய்ச்சிகளில் உலகிற்கு எங்கள் தேசம் அதன் பங்களிப்பை நிச்சயம் நல்கும்', என்றார்.

விக்ரம் சாராபாயை தங்கத் தொட்டிலில் பிறந்தவர் என விளையாட்டாக அழைப்பார்கள். செல்வ வளமிக்க சாராபாய் வம்சாவளியில் பிறந்தவர் விக்ரம். அவரது தந்தை அம்பாலால் சாராபாய் ஒரு தொழிலதிபர். இந்திய விடுதலைக்காக வாரிக் கொடுத்தவர். விக்ரம் தனது குடும்பப் பள்ளியில்தான் பயின்றார். பிறகு இங்கிலாந்து கேம்ப்ரிட்ஜ் பல்கலைக்கழகத்தில் இயற்பியல் பயின்றார்.

இரண்டாம் உலகப்போரின்போது இந்தியா திரும்பியவரை அவரது தந்தை இந்திய அறிவியல் கழகத்திற்கு (IIS) அழைத்துச் சென்றிருக்கிறார். அங்கு இயற்பியல் மேதை சர் சி.வி. ராமன், 'என்ன விக்ரம்! உன் தந்தை காதைப் பிடித்து இந்தியாவிற்கு இழுத்து வந்து விட்டாரா?' எனக் கேட்க, அதற்கு, 'இல்லை சார். உங்களிடம் பணியாற்றும் வாய்ப்பு கிடைத்தால் மட்டுமே இந்தியா வருவேன் என்றேன்!', என்றிருக்கிறார் விக்ரம். அகமகிழ்ந்த சர் சி.வி. ராமன் மாதம் 30 ரூபாய் உதவித்தொகைக்கு இந்திய அறிவியல் கழகத்தில் பணியாற்றும் வாய்ப்பு தந்திருக்கிறார். செல்வச்செழிப்பில் பிறந்தாலும், தேசம் குறித்த லட்சியங்களுடன் வளர்ந்தவர் விக்ரம் சாராபாய்.

தொடர் போர்களும் அரசியல் குழப்பங்களுமாக இந்தியா பொருளாதார ரீதியில் பின் தங்கியிருந்த காலமது. விண்வெளி குறித்த கனவுகள் திட்ட வடிவில் இருந்தது. சளைக்கவில்லை சாராபாய். இந்தியாவில் கல்வி பயின்று வெளிநாடுகளில் பணியில் இருந்த இந்தியர்களுக்கு அழைப்பு விடுத்தார். கடிதங்கள் எழுதினார். வெளிநாட்டு ஊடகங்களில் விளம்பரம் செய்தார். 'வாருங்கள், இந்தியாவிற்காக இணைந்து உழைப்போம்' என்றார். சம்பளம் என்ன பெரிய சம்பளம், இவரது வசீகரச் சிரிப்பும், இவர் தரும் தன்னம்பிக்கை ஒன்றே போதும் எனக் கட்டுண்டது இளைஞர் படை.

தும்பா ஏவுதளம் ஆரம்ப நிலை ராக்கெட்டுகளுக்கான சிறிய களம். ஆந்திர மாநிலம் அருகில் உள்ள ஸ்ரீ ஹரிகோட்டா தீவில் செயற்கைக்கோள்களை சுமந்து செல்லும் வண்ணம் ராக்கெட் ஏவுதளம் பிரம்மாண்டமாக அமைக்கப்பட்டது. இதற்கான இடத்தேர்வை, பணிகளை, கட்டுமானத்தை முன்னின்று

நடத்தினார் சாராபாய். 700-க்கும் மேற்பட்ட சிறிய வகை ராக்கெட்டுகளை ஏவியிருந்த தும்பா ஏவுதளத்தை ஐக்கிய நாடுகளுக்கு அர்ப்பணித்தார் பிரதமர் இந்திரா காந்தி.

1969-ல் இந்திய தேசிய விண்வெளி ஆராய்ச்சி குழு (INCOSPAR) இந்திய விண்வெளி ஆய்வு மையமாக (ISRO) உருவெடுத்தது.

ராக்கெட்டுகளின் அடுத்த கட்டமாக SLV (Satellite Launch Vehicle) எனப்படும் பிரத்யேக செயற்கைக்கோள் ஏவுகலங்களை உருவாக்க வேண்டும் எனத் திட்டமிட்டார் சாராபாய். அதுவும் இந்திய தொழில் நுட்பத்தில் அது தயாரிக்கப்பட வேண்டும் என விரும்பினார். சோதனை முயற்சியாக உருவானது SLV-3. நான்கு கட்டப் பிரிதல் தொழில் நுட்பத்துடன் 20 முதல் 40 கிலோ எடைகொண்ட செயற்கைக்கோள்களை 400 கி.மீ உயரம் சுமந்து செல்ல வல்லதாக இதை வடிவமைத்தார். இதற்காக ஒரு நாளின் 18 மணிநேரம் அயராது உழைத்தது இஸ்ரோ குழு. SLV-3 முதல் கட்ட வடிவமைப்பில் கெளரிகர், குருப், முத்துநாயகம், கலாம், குப்தா, மாதவன் நாயர், மற்றும் U.R.ராவ் ஆகியோர் பங்கேற்றனர். திட்டத்தைத் தலைமை தாங்கியவர், அப்துல் கலாம்.

வெளிநாட்டுப் பயணங்கள், ஸ்ரீஹரிகோட்டா ஏவுதளப் பணிகள் என எப்போதும் பணி நிமித்தம் பரபரப்பாக இயங்கும் விக்ரம் சாராபாய், தும்பா வருகிறார் என்றால் இஸ்ரோ குழுவிற்குக் கொண்டாட்டம். நூறு சதவிகித சக்தி கிடைத்ததுபோலப் பணியாற்றுவார்கள். தங்கள் கண்டுபிடிப்புகளை அவரிடம் காட்டவேண்டும். வழிமுறைகள், கோட்பாடுகள் குறித்து விவாதிக்கவேண்டும். தன் ட்ரேட்மார்க் புன்னகையுடன் 'குட் வொர்க்' என அவர் சொல்லும் விநாடி களுக்காகக் காத்திருந்தது குழு. சாராபாய் ஒருநாள் தும்பா வந்தார். வழக்கமான நிகழ்ச்சிகளில் கலந்துகொண்டார். அப்துல் கலாம் பணி நிமித்தமாக டெல்லி சென்றிருக்க, அங்கிருந்து தொலைபேசியில் அழைக்கிறார்.

'சோதனைகளுக்கு SLV தயார், அது குறித்து விவாதிக்கவேண்டும். இரவு தும்பாவை அடைந்துவிடுவேன் சார்' என்கிறார்.

'நீ வா கலாம், காத்திருக்கிறேன்', என்கிறார் விக்ரம் சாராபாய்.

சில மணி நேரப் பயணத்திற்குப் பிறகு திருவனந்தபுரம் விமான நிலையம் வந்தடைகிறார் கலாம். அவரை அவசரமாக அழைத்துச் செல்கிறார்கள் இஸ்ரோ நண்பர்கள்.

'ஏன் என்னாயிற்று?' என்கிறார் கலாம்.

'விக்ரம் சார், இறந்து விட்டார்' என்ற பதில் லட்சம் ஏவுகணைகளை அவர் இதயத்தில் செலுத்துகிறது. கதறி அழுகிறார் கலாம். உடைந்து போகிறது இஸ்ரோ. மாரடைப்பால் மரணம் எனத் தெரிவிக்கப் படுகிறது. 52 வயது மனிதனுக்கு மாரடைப்பு எப்படி எனக் கேள்வி எழுகிறது. பிணக்கூராய்வு வேண்டாம், உடலைக் கொடுத்து விடுங்கள் என வேண்டுகிறது குடும்பம். அரசு செவி சாய்க்கிறது.

அவர் எப்போதும் தங்கும் ஹோட்டல் அறையில், ஆழ்ந்த உறக்கத்தில் இருப்பதைப்போல அமைதியாகப் படுத்திருக்கிறார் விக்ரம்.

'நமது SLV தயாரா, கண்ணீர் வேண்டாம் நண்பர்களே, கனவுகளைத் துரத்துங்கள்' என்கிறது அவரது மானசீகக் குரல். இதைத் தனது சுயசரிதையிலும் எழுதியிருக்கிறார் கலாம்.

30, டிசம்பர் 1971. இந்தியாவை உயரத்திற்கு அழைத்துச் செல்ல வேண்டும் என உழைத்திருந்தவரின் பூத உடலைச் சுமந்துகொண்டு அகமதாபாத் நோக்கி உயரம் பறக்கிறது போயிங் 737.

விக்ரம் சாராபாயின் மறைவிற்குப் பிறகு இஸ்ரோவின் தலைவராகப் பொறுப்பேற்கிறார் பேராசிரியர் சதிஷ் தவான். இந்திய அறிவியல் கழகத்தின் இயக்குநராகப் பணியாற்றி வந்த தவான், பௌதிகம் மற்றும் ஆங்கில இலக்கியம் பயின்றது மட்டுமன்றி, அமெரிக்கப் பல்கலைக்கழகங்களில் கணிதம் மற்றும் வான்வெளிப் பொறியியலில் இரட்டை முனைவர் பட்டம் பெற்றவர்.

விக்ரம் சாராபாய் தலைவராக இருந்த அணுசக்தி ஆணையத்தின் தலைவராக டாக்டர் ஹோமி N சேத்னா பதவியேற்றார்.

1970 முதல் 1980 வரையிலான காலகட்டம் இந்தியாவின் ஆகச் சிறந்த வருடங்கள் எனலாம். இந்தியா நிகழ்த்த இருக்கும் சாதனைகளுக்குப் பின்புலமாக இந்த இரு பெயர்களும் இருந்தன.

ஜெர்மனியில் நிகழ்ந்த இன அழிப்பிற்குச் சற்றும் குறையாமல் ஒரு கொடூரத்தை பாகிஸ்தான் அரங்கேற்றியதும் இதே காலகட்டத்தில் தான். இந்தியாவின் அண்டை நாடு இத்தனை இரக்கமற்றதா என ஒரு வரலாற்றுக் கறையை அள்ளி பாகிஸ்தான் பூசிக்கொண்டதும், ரத்தமும், வெறியும், மதவாதமும் அதன் அடையாளமாகிப் போனதும் அப்பொழுதுதான்.

ஆனால் பாகிஸ்தான் ராணுவத்தின் வெறியாட்டத்தை அடக்கி, அடித்து விரட்டி, ஒரு தேசத்தை விடுதலைப் பெறச் செய்து, இந்தியா

தன் ராஜ வலிமையை உலகில் நிலைநாட்டியதற்குப் பின் ஒரு பெயர் இருக்கிறது. இந்தியாவின் இரும்புப் பெண்மணி, காக்கும் துர்க்கை என்றெல்லாம் பிரதமர் இந்திரா காந்தி அழைக்கப்படுவதற்குப் பின்னணியில் ஒரு வரலாறு இருக்கிறது. ஆம்! அமெரிக்காவையே சற்று அதிர வைத்த வரலாறு அது!

9

தீயோர்க்கு அஞ்சேல்

சுதந்திரமடைந்த இந்தியா இரு நாடுகளாகப் பிரிந்தது நாம் அறிந்ததே. அதேபோல வங்காளமும் இரண்டாகப் பிரிந்தது. வங்காளம் ஒரு வளமிக்க நிலப்பரப்பு. கல்வி, கலை, இலக்கியம், மொழிப்பற்று என அறிவுக் கூர்மையுள்ளவர்கள் வங்காளிகள். விவசாயம் செய்தாலும் விளைந்ததைக் கொடுத்துவிட்டு வறுமையில் தவித்திருப்பவர்கள். மொகலாயர்கள் ஆட்சிக்காலத்தில் இஸ்லாம் சமூகம் அங்கு வளர்ந்தது. சுதந்திரப் பிரிவினையின்போது இந்துக்கள் அதிகமாக வாழ்ந்திருந்த பகுதி மேற்கு வங்கம் என இந்தியாவுடன் இணைந்தது. இதர வங்கம் பாகிஸ்தானுடன் இணைந்து 'கிழக்கு பாகிஸ்தான்' என அழைக்கப்பட்டது.

சுதந்திரமடைந்த மறுவருடமே 4% மக்கள் மட்டுமே பேசும் மொழியான உருது மொழியே பாகிஸ்தானின் அதிகாரப்பூர்வ மொழி என அறிவித்தார் ஜின்னா. 'அது முடியாது, வங்கம்தான் பேசுவோம்' என வங்காளிகள் எதிர்க்க, துவங்கியது பொறி. கடுப்பானார் ஜின்னா. இஸ்லாம் மதத்தின் கொள்கைகள் இதுதான், இதைத்தான் நீங்கள் பின்பற்ற வேண்டும் என அறிவிக்க, 'முடியாது, இஸ்லாம் மதம் உண்மையில் என்ன சொல்கிறதோ அதைத்தான் கடைபிடிப்போம்' என்று சொல்ல, சிக்கல் வலுத்தது. 1956-ல் வங்க மொழியையும் தேசிய மொழியாக அறிவிக்க வேண்டி போராட்டம் வெடித்தது. மாணவர்கள் வீதியில் இறங்கிப் போராடினார்கள். ரத்த

ஆறு ஓடியது. போராட்டங்களின் இறுதியில், வங்க மொழி தேசிய மொழியாக அறிவிக்கப்பட்டது. வங்காளிகளை அடியோடு வெறுத்தார் ஜின்னா. இருந்தும் கிழக்கு பாகிஸ்தானை விட முடியவில்லை. வளம் கொழிக்கும் பூமி அது. சணல் ஏற்றுமதியில் இருந்து அரிசிவரை இங்கு கிடைக்கும் வருவாய்கொண்டே மேற்கு பாகிஸ்தான் கட்டமைக்கப்பட்டது.

பாகிஸ்தான் என ஒரு பெயர் கொண்டாலும் ஆயிரக்கணக்கான மைல்களுக்கு இடையே கிழக்கும் மேற்குமாகப் பிரிந்திருந்தது நிலப்பரப்பு மட்டுமல்ல. இருபுறங்களின் கலாச்சாரம், பண்பாடு, மக்கள், மொழி, வாழ்க்கை முறை என அனைத்தும் வேறு. வெறும் மதம் கொண்டு மட்டும் இவர்களை ஒருங்கிணைக்க முனைந்தது பாகிஸ்தான். ஆனால் அது இயலவில்லை. வங்காளத்தில் அவாமி முஸ்லீம் லீக் தலைவர் முஜிபுர் ரஹ்மான் மக்களின் உரிமைக்காகப் போராடினார். மேற்கு பாகிஸ்தானின் பூட்டோவை எதிர்த்து தேர்தலில் நின்றார். வங்க மக்கள் அவர் பின்னால் அணி திரண்டனர். தேர்தலில் பெரு வெற்றி பெற்றார் முஜிபுர் ரஹ்மான். ஆட்சி அமைக்க உரிமை கோரினார். வங்காளிகளிடத்தில் பாகிஸ்தானின் ஆட்சியா எனச் சினம் கொண்டார், ராணுவத் தளபதி யஹ்யா கான். வன்முறையைக் கட்டவிழ்த்தது பாகிஸ்தான்.

Operation Searchlight என்ற பெயரில் வங்காளிகளை கொல்லத் துவங்கினார். '30 லட்சம் மக்களையாவது கொல்லுங்கள், எஞ்சி இருப்பவர்களை உங்கள் கைகளால் தின்று தீருங்கள்' என்று உத்தரவிட்டார். வெறிகொண்டு அலைந்தது பாகிஸ்தான் ராணுவம். வங்காளிகள் கூட்டம் கூட்டமாகக் கொல்லப்பட்டார்கள். அவர்களது வீடுகள் எரிக்கப்பட்டன, நிலங்கள் பறிக்கப்பட்டன, வீதிகளில் நிற்கவைத்து வெட்டிக் கொல்லப்பட்டனர். ஓடி ஒளிவதற்குக்கூட இடமின்றி இறந்து போனார்கள் வங்காளிகள்.

கழுத்தறுக்கப்படும் கடைசி விநாடிகளில்கூட, தாகூரின் கவிதையான 'அமர் சோனா பங்களா' (எங்கள் இனிய பொன் வங்கமே) என்பதைப் பாடியபடி மடிந்தார்கள் மாணவர்கள். வங்கப் பெண்கள் 'பொதுச் சொத்து' என்ன வேண்டுமானாலும் செய்து கொள்ளுங்கள் எனக் குரூரமாக அறிவித்தது பாகிஸ்தான். நான்கு லட்சத்திற்கும் மேற்பட்ட பெண்களை வன்புணர்ந்து கொன்றது அதன் ராணுவம்.

உயிர்ப்பயத்தில் 10 லட்சத்திற்கும் மேற்பட்ட வங்காளிகள் இந்தியாவில் அகதிகளாக நுழைந்தனர். அகதி முகாம்கள் நிரம்பி

வழிந்தது. ஐக்கிய நாடுகள் சபை, மனித உரிமை ஆணையம்வரை இப்பிரச்னையைத் தெரியப்படுத்தினார் பிரதமர் இந்திரா காந்தி. எவரும் உதவவில்லை. இந்தக் கட்டவிழ்ப்பை நிறுத்தக்கூட உத்தரவிடவில்லை.

காரணம், பாகிஸ்தானின் ராணுவத்தலைவர் யஹ்யா கான், இரண்டாம் உலகப்போரில் பிரிட்டனுக்கு ஆதரவாகப் போரிட்டவர். மேலும் அமெரிக்க அதிபர் நிக்சன் மற்றும் மா சே துங்கின் நண்பர். இதனால் அனைத்துத் தேசங்களும் மௌனியாக இந்தக் கொடூரங்களை வேடிக்கை பார்த்தன. கிழக்குப் பாகிஸ்தானின் (வங்காளத்தில்) அமெரிக்க தூதரக இயக்குனர் ஆர்ச்சர் பிளட், அதிபர் நிக்சனுக்கு ஓர் அவசரத் தந்தி அனுப்புகிறார்.

'தேர்ந்தெடுக்கப்பட்ட இனப்படுகொலை'.

இங்கு தாகாவில் நிகழ்த்தப்படும் காட்டுமிராண்டித்தனங்கள் மிரள வைக்கிறது. இருந்தும் இதைக் கண்டு நாங்கள் ஊமையாக உள்ளோம். வீடுகளுக்குள் நுழைந்து மக்கள் வெட்டிக் கொல்லப்படுகிறார்கள். மாணவர்களையும், பெண்களையும் வேட்டையாடுகிறது ராணுவம். வங்காளிகள் அல்லாத இஸ்லாமியர்கள், இந்துக்களையும், வங்க இஸ்லாமியர்களையும் ராணுவத்தின் உதவியுடன் கொல்கிறார்கள். ஒரு தேசம் அழிந்துகொண்டிருக்கிறது. உதவி தேவை. நடவடிக்கை எடுங்கள்.

The Blood Telegram *என அறியப்படும் இந்தத் தந்தியைக் கண்டுகொள்ளாமல், தனது தூதரக அதிகாரிகளை மட்டும் திருப்பி அழைத்துக்கொண்டார் நிக்சன். இந்திரா காந்தியின் கோரிக்கைக்கும் செவி சாய்க்கவில்லை.*

அமெரிக்கா அப்படித்தான்! உலகின் வல்லாதிக்க தேசம் என்பார்கள், அறிவியல் தொழில்நுட்ப வளர்ச்சியின் அரசன் என்பார்கள். ஆனால் உங்களை ஆள வேண்டியது ஒரு பெண்ணா, பேயா எனக் கேட்டால் தயங்காமல் பேயைத் தேர்ந்தெடுப்பார்கள். ஹிலாரியின் தோல்விக்கு ஆணாதிக்கச் சிந்தனையும் ஒரு காரணம். ஆனால் இந்தியாவை வடிவமைத்ததில், கட்டமைத்ததில் பெண்களின் பங்கு பெருமளவில் இருந்திருக்கிறது, இனியும் இருக்கும். அதுபோல இந்தியா எல்லோரிடத்திலும் நட்புக்கரம் நீட்டி, அரவணைக்குமே தவிர அடிபணிந்து போகாது. அமெரிக்காவைப் பொறுத்தவரை இரண்டே வகைகளில்தான் பிற நாடுகளைக் கையாளும். ஒன்று! அடிமை தேசமாக இருக்க வேண்டும், இல்லை கியூபா போல அலற வைக்க வேண்டும். சென்னையைவிட சற்றுப் பெரியதாக இருக்கும்

வட கொரியாவை ஒன்றும் செய்ய முடியாமல் அமெரிக்கா கிடந்து தவிக்கக் காரணம் இதுதான். குதர்க்க புத்தியை வழிக்குக் கொண்டு வர சில முறை கோணல் புத்திதான் கைகொடுக்கும்.

பாகிஸ்தான் ஒன்றும் அமெரிக்காவிற்கு நட்பு நாடெல்லாம் இல்லை, அடிமை நாடு. உயிர், உடல், உடைமை என அத்தனையும் அமெரிக்காவிற்குத் தாரை வார்த்த நாடு. ஆப்கானிஸ்தானில் சோவியத் ஆதிக்கத்தை எதிர்க்கப் பாகிஸ்தானைப் பயன்படுத்திக் கொண்டது. ஆயுதங்கள், நிதி உதவிகள் தந்து அல்லும் பகலும் அரும்பாடுபட்டு அல்கொய்தா வளர்த்தது. பாகிஸ்தான் என்பது அமெரிக்காவின் அறிவிக்கப்படாத ராணுவத்தளமாக இயங்கியது. போதாமைக்கு இந்தியாவின் அணிசேராக் கொள்கை மேலும் கடுப்பாக்க பாகிஸ்தானின் இந்திய எதிர்ப்பை வைத்து குளிர் காய்ந்தது அமெரிக்கா.

வங்காள மீட்பு நடவடிக்கையில் இந்தியா இறங்கினால் போரை நாம் துவக்கியதுபோல் ஆகிவிடும் என பிரதமர் இந்திரா காந்தி செய்வதறியாது தவித்தார். இங்குதான் பாகிஸ்தான் ஒரு தவறிழைத்தது. 'ஆபரேஷன் செங்கிஸ்கான்' என்ற பெயரில் இந்திய விமானத்தளங்களின்மீது தாக்குதல் நிகழ்த்தியது. இது போதாதா! பொங்கியெழுந்தார் இந்திரா காந்தி. இந்தியாவின் முப்படைகளும் களமிறங்கியது. மேற்கு பாகிஸ்தான் மற்றும் கிழக்கு பாகிஸ்தான் என இரு பிரிவாகப் பிரிந்து சென்று சரவெடித் தாக்குதல் நிகழ்த்தியது. இந்தியக் கப்பல் படை Opearation Trident மற்றும் Opearation Python மூலம் கராச்சி துறைமுகத்தைப் பிளந்தெடுத்தது. நொடிந்து போனது பாகிஸ்தான். இந்தியா களமிறங்கிய பத்தே நாட்களில் வங்காளத்தில் நிலைமை கட்டுக்குள் வந்தது. பாகிஸ்தான் ராணுவ வீரர்கள் கைது செய்யப்பட்டனர். வங்காளிகள் விடுவிக்கப்பட்டனர்.

இந்தியாவின் அதிரடிகளைத் தாங்க முடியாத பாகிஸ்தான் 'அய்யா என்னிய அடிச்சி போட்டானுங்க' என அமெரிக்காவிடம் அழ, 'சங்கத்து ஆள அடிச்சது எவன்டா' என கைப்பிள்ளையாகக் களமிறங்கினார் அதிபர் நிக்சன். அமெரிக்கக் கப்பல்படையின் வலிமையான ENTERPRISE CVN-65 கப்பல்களை 300 போர் விமானங்களுடன் அனுப்பினார். பிரிட்டனும் தன் பங்கிற்கு HMS Eagle போர் கப்பல்களை அனுப்பியது. 'Task Force 74' என்ற பெயரில் இந்தியாவைத் தாக்குவதற்காக இக்கப்பல்கள் விரைந்தன. இரு நாட்டுப் படைகளையும் எதிர்த்து 'வாங்கடா' என வங்கக் கடலில் காத்திருந்தது இந்தியாவின் போர்க்கப்பல் INS Vikrant. சுற்றி

வளைத்துவிட்டோம், வேறு வழியில்லை, இந்தியா பின்வாங்கும் என அமெரிக்கப் படைகள் இறுமாந்திருந்தபோது, ஆழத்தில் மறைந்திருந்த நீர்மூழ்கிக் கப்பல்களை கவனித்தார்கள். அமெரிக்கக் கப்பல்களை குறி வைத்து, நியூக்ளியர் ஏவுகணைகளைச் சுமந்தபடி, இந்தியாவிற்கு ஆதரவாகப் பின் தொடர்ந்து வந்திருந்தது சோவியத்.

இந்தியாவை எதிர்க்கும் கோணல் புத்திகள் ஒன்று சேரும் என்பதை எதிர்பார்த்திருந்தார் பிரதமர் இந்திரா காந்தி. ஆகவே அணிசேராக் கொள்கையை உதறிவிட்டு அணி சேர்ந்தது இந்தியா. அன்வரும், மாணிக்கமும், 'ஆண்ட'னிகளை எதிர்த்துக் கைகோர்த்தார்கள். வரலாற்றுச் சிறப்பு மிக்க சோவியத்-இந்திய 20 வருட நட்புறவு ஒப்பந்தம் கையெழுத்தானது. அந்த நட்பிற்கு முதற்கட்ட ஆதரவாகத்தான் சோவியத் கப்பல்கள் இந்தியாவைக் காத்து நின்றன. கியூபா ஏவுகணை நெருக்கடி நினைவில் வந்திருக்குமோ என்னவோ, சத்தமின்றிக் கடல் கடந்தது அமெரிக்கா.

இந்தியப் படைகள் சுமார் 90,000 பாகிஸ்தானிய வீரர்களைக் கைது செய்திருந்தனர். மேற்கு பாகிஸ்தானின் 15,000 சதுர கி.மீ நிலப் பரப்பை முன்னேறிச் சென்று கைப்பற்றியது இந்திய தரைப்படை. வேறு வழியின்றிச் சரணடைந்தது பாகிஸ்தான். அவர்களிடமிருந்து 'கிழக்கு பாகிஸ்தான்' விடுதலை அடைந்தது. வங்காளதேசம் பிறந்தது. போரில் கைப்பற்றிய மேற்கு பாகிஸ்தானின் நிலப்பகுதி மற்றும் அதன் வீரர்களை மீண்டும் ஒப்படைத்தது இந்தியா.

கயமைக்கும் காட்டுமிராண்டிகளுக்கும் காட்டப்பட்ட நேர்மை இந்தியாவின் மாண்பை அதன் மேன்மையை உலக நாடுகளுக்குப் புரிய வைத்தது. இன்று வேண்டுமானால் 'பங்களாதேஷ்' அணி பாம்பு நடனமாடி இந்தியாவை வெறுப்பேற்றலாம். ஆனால் இந்திய அணி அமைதியாகக் கடந்து செல்வதற்குப் பின்னணியில் இருக்கிறது, இத்தனை வரலாறு. ஆம்! நாம் பார்க்கப் பிறந்த பயல், பங்களாதேஷ்.

1971 இந்தியா-பாகிஸ்தான் போர், ஆசியக் கண்டத்தின் ஆற்றல் மிகு தேசமாக இந்தியாவைக் கட்டமைத்தது. கணப்பொழுதும் தாமதிக்காமல் தன் அடுத்த அதிரடிக்குத் தயாரானார் பிரதமர் இந்திரா காந்தி.

1968ல் அணு ஆயுதப் பரவாமை (Non-Proliferation of Nuclear Weapons) ஒப்பந்தம் ஒன்றை ஆதிக்க நாடுகள் இணைந்து உருவாக்கியது. இதன்படி ஏற்கெனவே அணு ஆயுதம் கொண்டிருக்கும் சீனா, பிரான்ஸ், அமெரிக்கா, ரஷ்யா, மற்றும்

பிரிட்டன் நாடுகள் மட்டுமே அதிகாரப்பூர்வமாக அதை வைத்துக் கொள்ளலாம். இதன் நுட்பத்தை மற்ற நாடுகளுடன் பகிர்ந்து கொள்வதோ மற்ற நாடுகள் அணு ஆயுதம் உருவாக்குவதோ, கூடாது என்பதுதான் ஒப்பந்தத்தின் சாரம். இது பாரபட்சமானது எனக் கையெழுத்திட மறுத்த முதல் நாடு இந்தியா. 'அவங்க கையெழுத்து போடலைனா, நானும் போடமாட்டேன்', என பாகிஸ்தானும் மறுத்தது.

அணு ஆயுதம் தயாரிக்கும் பணிகளைத் துவங்கினார் பிரதமர் இந்திரா காந்தி. இந்திய அணு ஆயுதத்தின் தந்தை என அழைக்கப்படும் ராஜா ராமண்ணா தலைமையில் 80க்கும் மேற்பட்ட விஞ்ஞானிகள் இதற்காக உழைத்தனர். அணுசக்தி ஆணையத் தலைவர் ஹோமி சேத்னா இவர்களை வழிநடத்தினார். அரசியல் மற்றும் அதிகார வட்டம், பாதுகாப்பு அமைச்சர் உட்பட எவருக்கும் தெரியாமல் மிக ரகசியமாகப் பணிகள் நடந்தேறின. அமெரிக்காவும், பிரிட்டனும் கட்டிக் கொடுத்த 'அப்ஸரா' மற்றும் 'சைரஸ்' அணு உலைகளில் இருந்தே இதற்கான ப்ளுட்டோனியம் தயாரானது. ராஜஸ்தான் பாலைவனத்தின் பொக்ரான் பகுதி சோதனைக்கான இடமாகத் தேர்வு செய்யப்பட்டது. அனைத்தும் தயார். தன் அணு ஆயுத சோதனைக்கான நாள் குறித்தது இந்தியா.

மே 18,1974 புத்த பூர்ணிமா திருநாள். அஹிம்சையைப் போதித்த இறையின் பிறந்த நாளில், அஹிம்சையில் பிறந்த தேசமொன்று ஆயுதம் வெடித்தது. 1,400 கிலோ ப்ளுட்டோனியம் குண்டு 10,000 டன் ஆற்றலை வெளிப்படுத்தியதில் வானம் வளைந்தது. பூமியின் மண் மேகங்களைக் கடந்து பயணித்தது. 40,000 அடிகளுக்கு மேல் எழுந்து நின்ற நெருப்புச் ஜ்வாலைகள் இந்தியாவின் வலிமையைச் சொல்லாமல் சொல்லின. சோதனை வெற்றியை சங்கேதமாக 'புத்தர் சிரித்தார்' எனக் குறிப்பிட்டார்கள். அமைதிக்கான ஆயுதம் இது என இந்தியா மொழிந்தது. இச்சோதனை வெற்றியில் புத்தர் சிரித்தாரா எனத் தெரியாது. ஆனால் 'சடாகோ சசாகி' சிரித்திருப்பாள். இரண்டாம் உலகப் போரில் ஜப்பானிடம் அணு ஆயுதம் இருந்திருந்தால் அமெரிக்கா தாக்கியிருக்காது என்ற உண்மையை அவள் இன்னும் அறியாமல் இருப்பாளா என்ன?

இந்தியாவின் அணுகுண்டுச் சோதனையில், நடுங்கிப் போனது பாகிஸ்தான். கல்லைத் தின்று மண்ணைத் தின்றாவது நாங்களும் அணுகுண்டு தயாரிப்போம் என உறுமினார் பாகிஸ்தான் பிரதமர் ஜுல்ஃபிகர் அலி பூட்டோ. அதற்கு ஆதரவாக அமெரிக்கா தன் அதிகார விரலை அசைத்து இந்தியாவை எச்சரித்தது. பொருளாதாரத்

தடை விதிப்போம் என மிரட்டியது. இந்தியா எதற்கும் பணிய வில்லை! மண் பிளந்த தேசம் அடுத்து விண் அளக்கத் தயாரானது.

ஏப்ரல் 19, 1975 இந்தியாவின் முதல் செயற்கைக்கோள் ஆர்யபட்டா விண்ணில் ஏவப்பட்டது. சோவியத் ராக்கெட் உதவியுடன், ரஷ்ய ஏவுதளத்தில் இருந்து இந்த ஏவுதல் நிகழ்ந்தது. திட்டவடிவில் இருந்த இந்தியாவின் SLV-3 ராக்கெட்டுகள் 20 முதல் 40 கிலோ எடை வரை சுமந்து செல்லக்கூடியவை, 'ஆர்யபட்டா' செயற்கைக் கோளின் எடை 360 கிலோ, ஆகவே சோவியத்தின் சக்திமிகுந்த ராக்கெட்டுகள் உதவியால் இது ஏவப்பட்டது. பூமி சுற்றுவட்டப் பாதையின் நியூட்ரான் மற்றும் காமா கதிர்கள் குறித்த தகவல்களை அனுப்பிய 'ஆர்யபட்டா', தொழில்நுட்பக் கோளாறு காரணமாக ஐந்தாம் நாள் தன் இயக்கத்தை நிறுத்திக் கொண்டது.

தனது சொந்த ஏவுகலங்களின் மூலம் செயற்கைக்கோள்களை ஏவும் பணியைத் தீவிரப்படுத்தியது இந்தியா. SLV-3 ராக்கெட்டுகளை உருவாக்கும் பணிகளில் இருந்த கலாம், இந்தியப் பாதுகாப்பு மையம் DRDOவிற்கும் உழைத்த வண்ணம் இருந்தார். RATO போர் விமான எஞ்சின்கள், அக்னி மற்றும் ப்ரித்வி ஏவுகணைகள், SLV ஏவுகலங்கள் என சீறிப் பறக்கும் தொழில்நுட்பம் எதுவாக இருந்தாலும், அதன் பின்னணியில் கலாம் இருந்தார்.

1975 முதல் 80 வரையிலான வருடங்கள், கலாமிற்குத் துயர்மிகு வருடங்களாக அமைந்தன. கலீல் ஜிப்ரானின் கவிதைகள் கூறி ஆசிர்வதிக்கும் தந்தையும், பிள்ளைகளுக்காகவே வறுமை பொறுத்து வாழ்ந்திருந்த தாயும் அடுத்தடுத்த வருடங்களில் காலமானார்கள். 'எனக்கு மட்டும் ஏன் இவ்வளவு துயரம்? இத்தனை தோல்வி?' என இறைவனிடத்தில் கதறி அழுதிருக்கிறார் கலாம். இயற்கை செய்யும் துரோகங்களில் ஒன்று, பிள்ளைகளின் வெற்றிகளைக் காணும் முன்பே பெற்றோர்களை அழைத்துக் கொள்வது. பள்ளிக் குழந்தை என்றாலும், பாரதத்துக்கே தலைவன் என்றாலும், வெற்றி மேடைகளில் ஏறும்போது பிள்ளைகளின் கண்கள் நிச்சயம் பெற்றோர்களைத் தேடியே இருக்கும். இது அமையப் பெற்றவர்கள் உலகின் ஆகச் சிறந்த அதிர்ஷ்டசாலிகள். ஆனால் காலம் இதை அனைவருக்கும் தருவதில்லை.

●

இந்தியாவில் ஆட்சி மாற்றம் ஏற்பட்டது. அவசர நிலைப் பிரகடனம், அதைத் தொடர்ந்த அடக்குமுறை, அதிகார துஷ்பிரயோகங்கள் எனப் பிரதமர் இந்திரா காந்தியின் அதிரடி

நடவடிக்கைகள் மக்கள் மனதில் கோபத்தை விதைத்திருந்தன. 1977 பொதுத் தேர்தலில் ஜனதா கட்சி வெற்றி பெற்று மொரார்ஜி தேசாய் பிரதமராகப் பதவியேற்றார். கட்சியில் நிலவிய குளறுபடியால் இரண்டே வருடங்களில் அவர் ராஜினாமா செய்தார். அவரைத் தொடர்ந்து சரண் சிங் பிரதமராகப் பதவியேற்றார், பெரும் பான்மையை நிரூபிக்க முடியாமல் 180 நாட்களில் அவரும் பதவி விலகினார். அரசியல் குழப்பங்களினூடே SLV-3 ராக்கெட் பணிகளை நிறைவு செய்திருந்தது இஸ்ரோ. இந்தியத் தொழில்நுட்பத்தில் இஸ்ரோ உருவாக்கிய முதல் ராக்கெட் பாய்ச்சலுக்குத் தயாரானது.

ஆகஸ்ட் 10, 1979 ஸ்ரீஹரிகோட்டா ஏவுதளம் உச்சகட்ட பரபரப்பில் இருந்தது. அதிகாரிகள், அரசியல்வாதிகள், சாமான்யர்கள் உட்பட அனைவர் முகத்தில் பதற்றம். இந்தியா தன் சொந்த உழைப்பால் விண் செல்கிறது, எத்தனை பெருமை என வானொலி எட்டுத்திக்கும் இரைந்தது. SLV-3 சுமந்து செல்ல 'ரோஹிணி' எனும் சிறிய வகை செயற்கைக்கோளை வடிவமைத்திருந்தது இஸ்ரோ. அனைத்தும் தயார். T-கவுன்ட்டவுன் மணியிலிருந்து நிமிடத்திற்கு விரைந்தது.

இஸ்ரோவின் தலைவர் சதிஷ் தவான், 'All Departments, confirm the launch' என்க, ராக்கெட்டின் ஒவ்வொரு கட்டக் குழுவும் தயார், தயார் என உறுதி செய்தார்கள். அடுத்து, கலாமின் முறை, எதுவோ சரியில்லை என கவனித்தபடி இருக்கிறார் கலாம். நைட்ரிக் அமிலம் வைக்கப்பட்டிருக்கும் கலனின் அடைப்பான் பழுதடைந் திருக்கிறது. இது ஒரு பெரிய சிக்கல் அல்ல என நினைப்பதற்கும் 'கலாம் தயாரா?' என்று கேட்க, 'தயார் சார்' என்கிறார் கலாம், நம்பிக்கையுடன்.

நிமிடங்களில் இருந்து T- கவுன்ட்டவுன் நொடிகளில் விரைகிறது... 5... 4... 3... 2... 1...

அக்கினி ஜ்வாலையை உமிழ்ந்தபடி விண்ணில் சீறிப் பறக்கிறது, SLV-3. +1, +2, +3 எனக் கவுன்ட்டவுன் தொடர்கிறது. ஜனம் அத்தனையும் ஆ....வென மேலே பார்த்து வியந்திருக்க, முதல் கட்டப் பிரிதல் வெற்றிகரமாக நிகழ்கிறது. இரண்டாம் கட்ட எஞ்சின் உயிர்பெற்று, அதன் விசையில் மேகங்களைக் கடந்து விரைகிறது SLV-3. கலாம் கவனிக்கிறார். ஏதோ சரியில்லை, ப்ரோக்ராம் செய்யப்பட்ட பயணப் பாதையில் இருந்து விலகுகிறது ஏவுகலம். இரண்டாவது கட்ட எஞ்சின் கட்டுப்பாட்டை இழக்கிறது. எரிபொருள் கசிவால் அதன் இயக்கம் நின்றுவிடுகிறது. ரோஹிணி செயற்கைக்கோளுடன் பரிதாபமாகக் கடலில் விழுகிறது SLV-3.

ஏவப்பட்ட 317 நொடிகளில் அனைத்தும் முடிந்து விடுகிறது. திட்டம் தோல்வி.

ஸ்ரீஹரிகோட்டா எங்கும் மயான அமைதி, முகங்களில் ஏமாற்றம். சில வினாடிகளில் அது கோபமாக உருவெடுக்கிறது. கூட்டத்தில் இருந்த ஒருவன், 'கழிப்பறை வசதி கூட இல்ல, இதுல ராக்கெட் எல்லாம் தேவையா?' என்று கத்த, பத்துப் பேர் ஆமாம் என்கிறார்கள். ராக்கெட்டை உருவாக்க ஆகும் செலவு, கோழி முட்டையில் இருந்து குவார்ட்டர் பாட்டில்கள்வரை கணக்கிடப் படுகிறது.

கலாமிற்குத் தன் தவறு புரிகிறது. சதிஷ் தவானிடம் விஷயத்தை விளக்குகிறார். இந்தத் தோல்விக்கு நான்தான் பொறுப்பு, என்னைப் பணியிலிருந்து விலக்குங்கள் என்கிறார். பத்திரிகையாளர் சந்திப்பு துவங்குகிறது. கலாமைத் தடுத்து உள்ளே நுழைகிறார் சதிஷ் தவான். தெளிவான ஆங்கிலத்தில், 'நண்பர்களே, எங்களது முதல் முயற்சி தோல்வியடைந்துவிட்டது. நிச்சயம் மீண்டும் வெற்றி பெறுவோம். நன்றி' என்கிறார். முணுமுணுத்தபடி கலைகிறது கூட்டம்.

சில தினங்களில் நாடாளுமன்றத்தில் பெரும்பான்மையை நிரூபிக்க முடியாமல் பதவி விலகுகிறார் பிரதமர் சரண் சிங். ஆட்சியைக் கலைத்து பொதுத் தேர்தலுக்கு உத்தரவிடுகிறார் குடியரசுத்தலைவர் நீலம் சஞ்சீவ ரெட்டி. 1980 நாடாளுமன்றத் தேர்தலில் பெரு வெற்றி பெற்று மீண்டும் பிரதமராகிறார் இந்திரா காந்தி. இஸ்ரோ வருகிறார், SLV-3 தோல்வி குறித்து விவாதிக்கிறார், புதிய செயற்கைக்கோளைத் தயார் செய்யச் சொல்கிறார்.

'மேடம்' எனப் புரியாமல் நின்றவர்களிடம், 'Gentleman, we are going again', எனப் பிரதமர் சொல்ல, ஆரவாரமாகப் பணிகளைத் துவக்குகிறது இஸ்ரோ.

10

உலகின் அழகான தேசம்

ஆறு மாதங்கள் அயராத உழைப்பில் SLV-3 மீண்டும் தயார். ஒரு முறைக்கு நூறு முறை சோதித்தாயிற்று. எல்லாம் சரி. SLV சுமந்து செல்ல ரோஹிணி RS-1 எனும் *35 கிலோ* எடைகொண்ட செயற்கைக்கோளை உருவாக்கியது இஸ்ரோ. சூரிய ஒளியை ஆராயும் சென்சார், புவி காந்தப்புலம் ஆராயும் கருவி எல்லாம் இணைத்தாயிற்று. ஏவுதலுக்கான தேதி குறித்தாயிற்று. இறுதிக்கட்ட சோதனைகள் நிகழும் தருணம், பிரதமர் இந்திரா காந்தியின் முதல் மகன் சஞ்சய் காந்தி விமான விபத்தில் மரணமடைகிறார். கலங்கிப் போகிறார் பிரதமர். ஆனால் திட்டத்தில் எந்த மாறுதலுமில்லை.

முடிவு செய்யப்பட்ட அதே தேதி (ஜூலை 18, 1980) அன்று, ஸ்ரீஹரிகோட்டா ஏவுதளத்தில் ரோஹிணி RS-1 செயற்கைக்கோளை நெஞ்சில் சுமந்தபடி கன கம்பீரமாக நிற்கிறது SLV-3 . ஏவுதலை நேரலையாக ஒளிபரப்ப தூர்தர்ஷனுக்கு அழைப்பு விடுத்திருந்தார் தவான். ஒரு ராட்சதப் பலூனில் பறந்தபடி கருப்பு வெள்ளை நேரடி ஒளிபரப்புக்கு ஆயத்தமானது அதன் குழு. பலூன் கயிறு அறுபட்டால் SLVக்கு முன் நாம் விண் சென்று விடுவோம் என்ற பயத்தில் இருந்தார் கேமராமேன்.

இந்தியாவின் பல வீடுகளில், கூரைகளில் நின்றிருந்த இளைஞர்கள், ஆன்டெனாவைத் அப்படியும் இப்படியுமாக திருகி, 'தெரியுதா,

இப்ப... இப்ப...' என்றார்கள். கீழே வீட்டில் இருக்கையே இல்லை என்றாலும் 200 பேராவது தொலைக்காட்சி பார்த்திருந்தார்கள். படிப்பில்லை, ஆனால் பக்தி இருந்தது. வேண்டினார்கள். மாறாக மைலாப்பூர் நாடகங்களில், இன்னிக்கு பீச் பக்கம் போய்டாதீங்க? என சஸ்பென்ஸ் வைத்து, ஏங்க என்றதும், இஸ்ரோல ராக்கெட் விடறாங்க என மொக்கையாய் நகைச்சுவை பேசினார்கள். யாருமே கைதட்டவில்லை.

T-கவுன்ட்டவுன் கடிகாரம் தயாரானது, 'கழிப்பறை இல்லாத தேசத்தில்', குழுவும் தயாரானது. அவர்கள் அருகில் நாய் ஒன்று முனகியபடி படுத்திருந்தது. கட்டுப்பாட்டு அறையில் இஸ்ரோ விஞ்ஞானிகள் கைகளைக் கட்டியபடி நின்றாலும், மனதார இறைவனை வேண்டினார்கள். முயற்சி திருவினையாக வேண்டும். T-கவுன்டவுன் வேகமாக நிமிடங்களில் குறைந்தது. கொஞ்சம் பதற்றம். நிறையக் கலக்கம். எல்லாம் சரிதான். ஆனால் சரியாக நிகழ வேண்டும். மர்பி விதி தெரியுமா? எல்லாம் சரியாகச் செல்கிறதெனில் ஏதோ தவறாக இருக்கிறது என ஒரு விதி உள்ளது. தவறு நிகழ்ந்தது.

ராக்கெட்டை இணைத்துப் பிடித்துள்ள இரும்புக் கேபிள்களில் ஒன்று விடுக்க மறுத்தது. ரிமோட்டால் இயங்கும் வஸ்து அது. பொத்தானை அழுத்தினால் சமர்த்தாக ராக்கெட்டில் இருந்து விடுத்துக்கொள்ள வேண்டும். ஆனால் விடுக்காமல் கோபித்துக் கொண்டது. இப்போது யாராவது மேலே ஏறி அதைக் கைகளால் விடுக்க வேண்டும்.

கவுன்ட்டவுன் கடிகாரம் 20 நிமிடங்கள் எனப் பதறியது. 60 அடி உயர ராக்கெட் அருகில் உள்ள கோபுரத்தில் யார் ஏறுவார். அதுவும் இத்தனை எரிபொருளுடன் இன்னும் சில நிமிடங்களில் வானில் பறக்க இருக்கும் விஞ்ஞானம் இது. ஏதாவது அசம்பாவிதம் நிகழ்ந்து விட்டால், கூடியிருந்தோர் நெற்றிகள் வியர்வை வழிந்தன. எங்கும் அமைதி. சிலர் உச் கொட்டினார்கள். சிலர் அவசரமாய் ரத்த அழுத்த மாத்திரைகளை விழுங்கினார்கள்.

'நிறுத்தி விடலாமா, நாளை கூட பண்ணலாம்... இல்லை... நாளை முடியாது. மீண்டும் அனுமதி வாங்கவேண்டும்', தவானின் மனதில் பலவித சிந்தனைகள் எழுகின்றன. ஏதோ நினைத்தவராக மைக்கை எடுக்க, ஏவுதளத்தின் அருகில் யாரோ தெரிகிறார்கள்... யார் அது... அவர் எங்கு ஓடுகிறார்?

இஸ்ரோவில் பணிபுரியும் தொழிலாளி ஒருவர் ராக்கெட்டை நோக்கி வேகமாக ஓடுகிறார். 'சார்! இட்ஸ் நாட் சேஃப்' எனத்

தடுக்கும் Range Safety இளைஞனை 'அந்தாண்ட நவுரு' என விலக்கிவிட்டு, கோபுரப்படிகளில் நான்கு கால் பாய்ச்சலில் விரைகிறார். அனைவரும் பேஸ்தடித்துப் பார்க்கிறார்கள். காலமே கடமையாய் 10 நிமிடங்களுக்குத் தாவுகிறது T- கவுன்ட்டவுன். இரண்டாம் கட்ட எஞ்சின்களை கடந்து மளமளவென கோபுர உச்சியை நோக்கி விரைகிறார் அவர். நெஞ்சு படபடக்கிறது. நில் என்கிறது இதயம். விடாதே ஓடு என்கிறது மனம். தொடர்ந்து ஓடுகிறார்.

ராக்கெட் தலைப்பகுதியை நெருங்கி, மாட்டிக்கொண்ட கேபிளை ஒரு உதை, ம்ஹ்ம் யார்கிட்ட! என விட மறுக்கிறது அது. 'சாமி..விழுந்துடாதய்யா', எனப் பதைக்கிறாள் ஒரு கிழவி. மேலே பார்த்து தீர்க்கமாக இன்னொரு உதை, ஏவுகலத்தை விட்டு விலகிக் கீழே விழுகிறது கம்பி. 'ஹோ!...' எனக் கை தட்டுகிறது கூட்டம். கீழே இறங்குகிறார் தொழிலாளி. சதிஷ் தவான் உடனிருக்கும் ஊழியர் ஒருவரை அனுப்பி அவரது பெயரைக் கேட்டு வரப் பணிக்கிறார். T-கடிகாரம் நிமிடங்களில் இருந்து நொடிகளுக்கு மாறுகிறது.

10... 9... 8...

இஸ்ரோ ஊழியர் தொழிலாளி அருகில் செல்கிறார். வழியும் வியர்வையைத் துடைத்துக்கொண்டு சிரிக்கிறார் அவர்...

'உங்கள் பெயர் என்ன?'......

3... 2... 1...

'பாப்பையா' என அவர் சொல்லவும்... விஸ்... என்ற பெருஞ் சத்தத்துடன் நைட்ரேட் வஸ்துவை எரித்துக் குபுகுபுவென நெருப்பைக் கக்கியபடி சீறி எழுகிறது SLV-3.

'கேக்கலை சார்! சத்தமா சொல்லுங்கோ' என்றவரிடம், மேல் நோக்கிக் கைகள் காட்டுகிறார் பாப்பையா. மூவர்ணக் கொடியின் முத்திரை தாங்கியபடி விண்ணில் கம்பீரமாகப் பறக்கிறது SLV ஏவுகலம்.

49 நொடிகள் எரித்து, பணிமுடிந்த கடமையுடன் உதிர்கிறது முதல்கட்ட எஞ்சின். பிரார்த்தனைகளைச் சுமந்தபடி இரண்டாம் வளிமண்டலத்தில் நுழைகிறது SLV-3. பச்சை எழுத்துப் பழைய கணினியில் இரண்டு என்பது நிறமிழந்து, மூன்று என்பது பச்சையாகிறது.

40 நொடிகள் எரித்து, இரண்டாம் கட்ட எஞ்சின் விலகுகிறது. அடுத்து மூன்றாவது கட்டம், 277 நொடிகள் எரிந்து, விண்வெளி எல்லையான கார்மன் கோட்டைக் கடக்கிறது. நான்காவது கட்டம். அதிக சக்தி தேவையாகும் மிக முக்கிய கட்டம் இது. 250 நொடிகள் எரிந்து விண்வெளியை அடைகிறது SLV-3. 20,000 கி.மீ வேகத்தில் செயற்கைக்கோள் ரோஹிணியை உந்தித் தள்ளுகிறது. சுற்றுவட்டப் பாதையில் விடுக்கப்பட்டு தன் புவி வலத்தைத் துவக்குகிறது செயற்கைக்கோள். பிரபஞ்சத்தில் ஏதோ சத்தம் கேட்கிறது. தன் வசமிருக்கும் கருவிகளில் அது புலனாகவில்லை. இருந்தும், ரோஹிணிக்குப் புரிகிறது. 'இது என் தேசத்தின் கொண்டாட்டம், இது இந்திய மக்களின் ஆரவாரம்!'

விண்வெளிச் சரித்திரத்தில் இந்தியாவின் பெயர் பொன் எழுத்துக்களால் பொறிக்கப்பட்டது.

இந்தியாவின் விண்வெளி வருகையை உலக நாடுகள் வரவேற்றன. அதன் விண்வெளி ஆய்வு மையங்கள் இஸ்ரோவுடன் நட்பு பாராட்டின. வாய்ப்புகள், நட்புகள், சர்வதேச அரசியல் தொடர்புகள் கிடைத்தன. மேலை நாடுகளில் இந்தியர்கள் கண்கள் பனிக்கப் பேசினார்கள். காசுக்காகப் பணியாற்றுவதற்கும், கனவை நோக்கி உழைப்பதற்கும், வேறுபாடு புரிய ஆரம்பித்தது. முதலாவதில் வசதி சாத்தியப்படும். இரண்டாவதில்தான் பெயரும், புகழும் நிலைத்து நிற்கும். இஸ்ரோ மற்றும் அணுசக்தி ஆணைய விஞ்ஞானிகளுக்கு வாய்ப்புகள் வராமல் இல்லை. எத்தனை கொடுத்தாவது இவர் களைக் கவர்ந்து செல்ல மேலை நாடுகள் தயாராகத்தான் இருந்தது.

ஆனால் பிரபஞ்சத்தின் ஈர்ப்புவிசைபோல், பிறந்த தேசம் இவர்களை ஈர்த்துப் பிடித்தது. கற்ற கல்வி கொண்டு தேசத்தைக் கட்டமைத்தார்கள். பெற்ற அறிவு கொண்டு, பெருமைகள் பல தேடித் தந்தார்கள். அரசியல், பொருளாதாரம், மக்களின் அறியாமை, அடிப்படைத் தேவைகள் இல்லாத நிலை என எதுவும் இவர்களைத் தடுக்கவில்லை. கிடைக்கும் ஒவ்வொரு வாய்ப்பிலும், தங்களுக்கு ஒதுக்கப்பட்ட ஒவ்வொரு ரூபாயிலும் முன்னேற்றம் கண்டது இஸ்ரோ. SLV-3ன் வெற்றி, பெரு நம்பிக்கையை விதைத்தது. அதுவும் தோல்விக்குப் பிறகான ஒரு வெற்றி. இதைச் சாத்தியமாக்க நேரம், காலம், அலங்காரம் பார்க்காமல் ஓர் உழைப்பு தேவையாக இருந்தது. மகா அர்ப்பணிப்பு, கிட்டத்தட்ட ஒரு தவம் போல. ஆகவே ஒரு முனிவர்போலத்தான் இருந்தார் கலாம். ஒரு மாதத்திற்குப் பின், இஸ்ரோ தலைவர் தவான் தில்லியில் இருந்து கலாமிடம் தொலைபேசியில் உரையாடுகிறார். குரலில் அவசரம்.

'கலாம்! பிரதமர் இந்திரா காந்தி உங்களைப் பார்க்கவேண்டும் என்கிறார், வர முடியுமா?'

கலாம் தயங்குகிறார். ஏதோ அவரைத் தடுக்கிறது. சொல்ல முடியாமல் அவர் திணற...

'என்ன பிரச்னை கலாம்?'

'சார்! நான் சாதாரண ஆடையில் இருக்கிறேன். அதுவும் கால்களில் வெறும் செருப்பு சகிதம்...' எனச் சொல்ல முடியாமல், பாதியில் நிறுத்துகிறார்.

அவர் நிலையைப் புரிந்துகொண்ட பேராசிரியர் தவான், 'கலாம்! நீங்கள் இந்தியாவின் வெற்றியை ஆடையாகத் தரித்திருக்கிறீர்கள், எவ்வளவு அழகு தெரியுமா அது?' என்கிறார்.

நெகிழ்ந்து போகிறார் கலாம். விரைந்து சென்று பிரதமர் இந்திரா காந்தியை சந்திக்கிறார். மக்களவை, மாநிலங்களவை உறுப்பினர்கள் அமர்ந்துள்ள கூட்டத்தில் மேடையேற்றி, இப்போது கலாம் பேசுவார் என்கிறார் பிரதமர். இதை எதிர்பார்க்காது ஒரு கணம் அதிர்ந்து போனாலும், சுதாரித்துக்கொண்டு தன் உரையைத் துவங்குகிறார் கலாம்.

'தேசத்தை வழிநடத்துபவர்களுக்கு வணக்கம். ஒரு செயற்கைக் கோளை சுமந்தபடி 25,000 கி.மீ வேகத்தில் செல்லும் ராக்கெட்டை, நமது நாட்டில் தயாரிப்பது எப்படி என்பதை மட்டுமே அறிந்தவன் நான்' எனத் துவங்கியதும், கைத்தட்டலில் அரங்கம் அதிர்கிறது.

இந்தியா தன் அடுத்த கட்ட இலக்கை நோக்கிப் பயணிக்கிறது. SLVயை விட சக்தி வாய்ந்த ராக்கெட்டுகள் தயாரிக்கவேண்டும். அதன் எஞ்சின்களை நாமே உருவாக்கவேண்டும் என்கிற கனவு, திட்டவடிவம் கொள்கிறது. பேராசிரியர் தவான், பிரான்ஸ் விண்வெளி ஆய்வு மையத்துடன் ஓர் ஒப்பந்தம் உருவாக்குகிறார். 'உங்கள் 'வைகிங்' எஞ்சின்களை கட்டமைக்கும் பணிகளுக்கு இஸ்ரோ உதவும். கைமாறாக அதன் தொழில்நுட்பம் கற்றுத் தாருங்கள்' என்றார். பிரான்ஸ் இசைந்தது. திரவ ஹைட்ரஜனை எரித்து அதிகசக்தியுடன் கலனை உயரத்திற்கு எடுத்துச் செல்லும் எஞ்சின் 'வைகிங்'. இந்தியா இன்றளவிலும் PSLV, GSLV ஏவுகலங்களில் பயன்படுத்தி வரும் மேம்படுத்தப்பட்ட விகாஸ் (VIKAS) எஞ்சின்கள் உருவானது இப்படித்தான். விக்ரம் அம்பாலால் சாராபாய் நினைவாக VIK.A.S எனப் பெயர் வைக்கப்பட்டது.

இத்தொழில்நுட்பம் உருவெடுக்கும் காலகட்டத்தில் அடுத்தகட்ட செயற்கைக்கோள்களை தொடர்ந்து ஏவியது இஸ்ரோ. APPLE

எனப்படும் தகவல் தொழில்நுட்ப செயற்கைக்கோளை பிரான்ஸ் ஏவித் தந்தது. இந்தியக்காடுகள், நிலஅமைப்பு மற்றும் நீர் வழித்தடங்களை அறிந்துகொள்ள பாஸ்கரா-2 செயற்கைக்கோளை ஏவியது. இதற்கு உதவியது ரஷ்யா.

சோவியத்-இந்தியா நட்புறவை மேம்படுத்தும் வகையில் ரஷ்யக் குழுவுடன் இணைந்து ஓர் இந்தியர் விண்வெளிக்குப் பயணமாவது என முடிவானது. இந்த சரித்திரப் பயணத்திற்காக இந்திய விமானப் படை கமாண்டர் ராகேஷ் சர்மா தேர்வு செய்யப்பட்டார். பஞ்சாபில் பிறந்து ஹைதராபாத் மாநிலத்தில் பட்டம் பயின்ற ராகேஷ், 1970களின் துவக்கத்தில் இந்திய விமானப்படையில் இணைந்திருந்தார். அப்போது இன்னும் சில வருடங்களில் இந்திய மக்களின் பிரதிநிதியாக விண்வெளிக்குச் செல்வோம், அங்கிருந்து பிரதமரிடம் உரையாடுவோம் என்றெல்லாம் நினைத்துப் பார்த்திருக்க மாட்டார் ராகேஷ். காலம்தான் எத்தனை சுவாரசிய மானது.

ஏப்ரல் 2, 1984 அன்று, சோவியத் வீரர்கள் இருவருடன் ராகேஷ் சர்மாவையும் சுமந்துகொண்டு விண்ணில் சீறிப்பறக்கிறது Soyuz T-11 விண்கலம். சிலமணி நேரங்களில் சோவியத்தின் 'Salyut 7' விண்வெளி நிலையத்தை அடைகிறது. சுமார் 8 நாட்கள் அதில் தங்கி விண்வெளி குறித்த ஆய்வுகளில் ஈடுபடுகிறார் ராகேஷ். விண்வெளிக் குழுவுடன் புவியிலிருந்து ஒரு நேரலைக் காணொளி உரையாடலுக்கு ஏற்பாடாகிறது. ரஷ்யத் தலைநகர் மாஸ்கோவிற்கு பிரதமர் இந்திரா காந்தி அழைக்கப்படுகிறார். இந்த உரையாடல் தொலைக்காட்சிகளில் நேரலையாக ஒளிபரப்பாகிறது. உலகப் பத்திரிகையாளர்கள், ரஷ்யத் தலைவர்கள், அதிகாரிகள், மக்கள் கூடியிருக்கும் நிகழ்வில், இந்திரா காந்தி விண்வெளியில் இருக்கும் ராகேஷிடம் கேட்கிறார்.

'ராகேஷ், விண்வெளியில் இருந்து இந்தியா எப்படித் தெரிகிறது?'

கலத்தின் சன்னல் வழியாக இந்தியாவைப் பார்த்தபடிச் சொல்கிறார் ராகேஷ்.

'ஸாரே ஜஹான் சே அச்சா, மேடம்!'

உலகமெங்கும் இதைப் பார்த்திருந்த இந்தியர்கள் கண்ணீர் பூத்தார்கள். ரஷ்யர்கள் எழுந்து நின்று கைதட்டினார்கள். முகமெல்லாம் பெருமையாகத் தன் இருக்கையில் அமர்ந்தார் பிரதமர் இந்திரா காந்தி. நடை பழகிய குழந்தை இனி கைகள் பிடிக்குமா? நமக்குப் பிறர் உதவியது போதும். பிற நாடுகளின்

விண்வெளி ஆய்வுகளுக்கு இந்தியா உதவவேண்டும் எனத் தீர்க்கம் கொண்டார். இந்தியாவின் எதிர்கால விண்கலங்கள் PSLV மற்றும் GSLV திட்டங்கள் உதயமானது.

இது நிகழ்ந்த இரண்டே மாதம், இந்தியாவில், பஞ்சாப் மாநிலத்தில் வன்முறை வெடித்தது. சீக்கியர்களின் மாநிலமான பஞ்சாபையும், பாகிஸ்தானில் சீக்கியர்கள் வாழும் பகுதியையும் இணைத்து 'காலிஸ்தான்' என்ற தனி நாடாக அறிவிக்கவேண்டும் என சில விடுதலைக் குழுக்கள் போராடி வந்தன. இந்தியா-பாகிஸ்தான் பிரிவினைக்கு முன்பாகவே இந்தக் கோரிக்கைகள் இருந்தாலும் 1980களில் 'ஜர்னையில் சிங் பிந்த்ரன்வாலே' தலைமையில் அது தீவிரம் அடைந்தது. தாக்குதல்கள், போராட்டங்கள் வெடித்தன. பாகிஸ்தான் தயவில் பெருமளவில் ஆயுதங்களும் இக்குழுக்களுக்குக் கிடைத்தது. வன்முறைகளை அடக்க ஊரடங்கு உத்தரவு பிறப்பித்தது மத்திய அரசு.

சீக்கியர்களின் பொற்கோவிலில் தஞ்சமடைந்தார் பிந்த்ரன்வாலே. 'அகாலி தல்' கட்சி தயவில் பொற்கோவிலில் இருந்தே தொடர்ந்து செயல்பட்டது குழு. கோவிலுக்கு உணவுகொண்டு வரப்படும் வாகனங்கள் மூலம் பெருமளவில் எந்திரத் துப்பாக்கிகள் மற்றும் வெடிகுண்டுகளை கோவிலுக்குள் பதுக்கினார்கள். பொற்கோவிலில் இருந்து வெளியேற நடத்தப்பட்ட பேச்சுவார்த்தை தோல்வியில் முடிய 'Operation Blue Star' என்னும் ராணுவ நடவடிக்கைக்கு உத்தரவிட்டார் பிரதமர் இந்திரா காந்தி. இதில் பொதுமக்களுக்கு எதுவும் ஆகாது என ராணுவத் தலைமை தந்த நம்பிக்கையின் பெயரில்தான் இந்த உத்தரவில் கையெழுத்திட்டிருந்தார்.

ஜூன் 3, 1984 அன்று பொற்கோவிலுக்குள் நுழைந்து பிந்த்ரன்வாலே மற்றும் அவரது ஆதரவாளர்களைச் சுட்டுக் கொன்றது ராணுவம். இத்தாக்குதலில் துரதிர்ஷ்டவசமாக சில பொதுமக்களும் உயிரிழந்தனர். பீரங்கிகள் கொண்டு தாக்குதல் நடத்தியதில் பொற்கோவில் சேதமடைந்தது. தாக்குதலில் தீவிரவாதிகள் அழிக்கப்பட்டாலும், கோவிலுக்குள் ராணுவம் நுழைந்ததும், ரத்தம் சிந்தியதும் சீக்கியர்கள் மத்தியில் பெரும் கொந்தளிப்பை ஏற்படுத்தியது.

சேதமடைந்த கோவிலை அரசு மீண்டும் கட்டித்தந்தது. அது 'அகல் தக்த்' புனித விதிகளின்படி கட்டப்படவில்லை என இடித்து அதை மீண்டும் கட்டினார்கள். அரசு கோவில் கட்ட உதவிய உள்துறை அமைச்சர் புட்டா சிங்கை விலக்கி வைத்தார்கள். பொற்

கோவிலுக்கு வரும் பக்தர்களின் பாத்திரங்களையும், காலணி களையும் சுத்தம் செய்து மன்னிப்புக் கோரிய பிறகே மீண்டும் அனுமதித்தார்கள். கோவிலை இடிக்கக் காரணமான பிரதமர் இந்திரா காந்தியின்மீது சீக்கியர்களின் கோபம் திரும்பியது. பிரதமர் இந்திரா காந்தியைக் கொல்லத் திட்டம் தீட்டினார்கள்.

31-அக்டோபர்-1984. காலை 9:20 மணி. ஓர் ஆவணப்படப் பேட்டிக்காக பிரதமர் அலுவலகத்தில் காத்திருந்தது அயர்லாந்து திரைப்படக் குழு. அவர்களைச் சந்திக்க தன் இல்லத்தில் இருந்து வெளியேறி அலுவலகம் நோக்கி நடந்தார் இந்திரா காந்தி. வாயிலில் எப்போதும் இருக்கும் பாதுகாவலர்கள்தான் பணியில் இருந்தனர். இந்திரா காந்தி அருகில் வந்ததும் சத்வந்த் சிங் தனது கைத்துப்பாக்கியால் சுட்டான். மூன்று குண்டுகள் அவர் வயிற்றைத் துளைத்தது. பீன்ட் சிங் தனது இயந்திரத் துப்பாக்கியால் சுடத் துவங்கினான். முப்பது குண்டுகள் அவரது உடலைத் துளைத்து வெளியேறின. ரத்த வெள்ளத்தில் துடிதுடித்து இறந்து போனார் இந்திரா காந்தி.

பொற்கோவில் நடவடிக்கைக்குப் பிறகு சீக்கியப் பாதுகாவலர்கள் வேண்டாம் என உளவுத்துறை எச்சரித்தும், தன் மெய்க் காப்பாளர்கள் மீது அத்தனை நம்பிக்கைகொண்டிருந்தார் இந்திரா காந்தி. அவரது உடலில் 30 குண்டுகள் செலுத்திய பீன்ட் சிங் பத்து வருடங்களாக இந்திரா காந்தியின் பாதுகாவலன்.

இந்திரா காந்தியின் அகால மரணம் இந்தியாவை உலுக்கியது. செய்தி உண்மையாக இருக்கக்கூடாது இறைவா என மக்கள் வேண்டினர். தேசத்தின் இரும்புப் பெண்மணி, நாட்டைக் காக்க வந்த துர்க்கை எனப் போற்றப்பட்ட இந்திரா காந்தியின் உடல் டெல்லி நகரச் சாலைகள் வழியாக மக்கள் வெள்ளத்தில், சிதையை அடைந்தது. இந்தியாவின் இன்னொரு பிரதமரையும் துரோகம் வீழ்த்தியது.

சுதந்திரத்திற்கு முன்பு வங்காளதேசம், இந்தியா, பாகிஸ்தான் என நிலப்பரப்பு மட்டுமல்ல, இதில் இருந்த மக்களும் ஒன்றுதான். அவர்கள் அறியாமை ஒன்று, மூட நம்பிக்கை ஒன்று, நோய்கள் ஒன்று, வறுமை ஒன்று, ஆனால் அவர்களை வழிநடத்திய தலைவர்கள் வேறு! அவர்தம் கொள்கைகள் வேறு. நேருவைப் போல பரந்த மனதும் நவீனச் சிந்தனைகளும் கொண்ட தலைவன் மட்டும் இந்தியாவின் முதல் பிரதமராக இல்லாமல் போயிருந்தால், இந்தியாவும் இன்னொரு பாகிஸ்தானாகத்தான் இருந்திருக்கும். மதவாதம் தவிர்த்து மனிதம் போற்றிய மாமனிதன் ஆயுதம் தவிர்த்து

அறிவியலால் தேசத்தைக் கட்டமைத்தார். 'இங்கே கண்ணீர் இருக்கும்வரை, என் கடமை இருக்கும்' என உலகின் வேறெந்தப் பிரதமராவது சொல்லியிருக்கிறார்களா?

முதல் உலகப்போரில் ஜெர்மானியப் படைகளிடம் சிக்கிக்கொண்ட அமெரிக்க வீரர்கள், தாங்கள் சுற்றி வளைக்கப்பட்ட செய்தியை புறாக்களில் கட்டி அனுப்பினார்கள். ஆனால் அனைத்துப் புறாக்களையும் சுட்டு வீழ்த்தியது ஜெர்மனி. இறுதியாக இருந்தது ஒரே ஒரு பெண் புறா. அதன் பெயர் 'செர் அமி'. 'காயப்பட்டு இறக்கும் தறுவாயில் இருக்கிறோம். எங்களைக் காக்க படைகளை அனுப்புங்கள்' என்ற செய்தியை அதன் காலில் கட்டிப் பறக்க விட்டனர்.

ஜெர்மன் ராணுவத்தின் துப்பாக்கிக் குண்டுகள் மழையாகப் பொழிய அதனூடே துணிவாகப் பறந்தது செர் அமி. மார்பில் சுட்டார்கள், எழுந்து பறந்தது. அதன் காலில் சுட்டனர், மீண்டும் பறந்தது. 40 கி.மீ தள்ளி அமைந்துள்ள அமெரிக்க ராணுவ மையத்தை 25 நிமிடங்களில் பறந்தடைந்தது செர் அமி. மார்பில் ரத்தம் வழிய, ஒரு கண் பார்வையிழந்து, கால்கள் பிய்ந்த நிலையிலும், கடமையை நிறை வேற்றிய அப்பறவையைக் கண்டு வியந்து போனது அமெரிக்க ராணுவம். விருதுகள் பல தந்து கெளரவிக்கப்பட்டது செர் அமி.

பிரதமர் இந்திரா காந்தி சுடப்படுவதற்கு முதல் நாள் மாலை ஒடிசா பொதுக்கூட்டத்தில் உரையாற்றினார். 'இன்று நான் இருக்கிறேன். நாளை இருப்பேனா? தெரியாது. சாவைப்பற்றி நான் என்றும் கவலை கொண்டதில்லை. வாழும் நாட்களை என் தேசத்திற்காக வாழ்வதில் பெருமைகொள்கிறேன். என் இறுதி மூச்சு உள்ள வரையிலும் இந்தியாவைக் காப்பேன், இந்தியா உயர உழைப்பேன். என் ஒவ்வொரு துளி ரத்தமும், உயிரும் இந்தியாவை வளப் படுத்தும், உலக அரங்கில் என்றும் பலப்படுத்தும்' என்று ஒரு பெண் சிங்கத்தைப் போல முழங்கினார்.

ஆம்! அத்தனை சுடப்பட்டும் பறந்து வந்தது செர் அமி, தான் சுடப்படுவோம் என்று தெரிந்தே பறந்திருந்தது, இந்தியாவின் செர் அமி.

11

கிரயோஜெனிக் வஞ்சம்

இந்தியாவிற்குக் காலமிழைக்கும் துரோகம் இதுதான். ஓர் அடி முன் வைத்தால் பல அடிகள் பின்னிழுக்கும். பிரதமர் இந்திரா காந்தி ஆட்சி மீது ஆயிரம் விமர்சனங்கள் இருக்கலாம். ஆனால் இந்தியாவைப் பலம் வாய்ந்த, ஒரு சக்தி நிறைந்த தேசமாக மாற்றியது நிச்சயம் இந்த ஷக்திதான். அதனால்தான் அவர் நினைவிடத்திற்கு 'ஷக்தி ஸ்தல்' எனப் பெயரிட்டோம். பிரதமர் மறைவிற்குப் பிறகு நடந்த மக்களவைத் தேர்தலில் வரலாறு காணாத வெற்றி பெற்றது காங்கிரஸ் கட்சி. இந்தியாவின் இளமையான பிரதமராக பதவியேற்றார் ராஜிவ் காந்தி.

இக்காலகட்டங்களில் சக்தி வாய்ந்த ஏவுகலங்களை உருவாக்கும் பணிகளில் ஈடுபட்டிருந்தது இஸ்ரோ. ராக்கெட் எஞ்சின்கள், அதன் எரிபொருள்பற்றி சற்றுக் காண்போம். அப்பொழுதுதான் இந்தியாவிற்கு இழைக்கப்பட்ட துரோகமும், சதித் திட்டங்களும், 20 வருட கடும் உழைப்பில் நாம் போராடி வென்றதும் தெரியும்.

சரி! ராக்கெட்டுகள் எப்படி இயங்குகிறது? அதன் உந்து விசைக்குத் தேவையான எரிசக்தி எப்படி உருவாகிறது? ஆக்ஸிஜனுடன் இணையும்போது எளிதில் எரியக்கூடிய வஸ்துகளை எரி பொருளாகவும், அதை தூண்டக்கூடிய ஆக்ஸிஜனேற்றி (Oxidizer) என இரண்டையும் கொண்டு உருவாகிறது.

ஏவுகலங்களின் எரிபொருள் இரண்டு வகைப்படும். திட வகை மற்றும் திரவ வகை. திரவ வகை எஞ்சின்களில் எரிபொருள் மற்றும் ஆக்ஸிஜன் இரண்டும் நீர்மமாக இருக்கும். எஞ்சினுக்குள் செல்லும் எரிபொருளைக் கட்டுப்படுத்தலாம். வேகம் குறைக்கலாம், கூட்டலாம், தேவைப்பட்டால் இயக்கத்தைக் கூட நிறுத்த முடியும். இது நீர்மவகை, சக்தி குறைவென்றாலும் சமர்த்து. சுத்திகரிக்கப்பட்ட மண்ணெண்ணை (RP-1), திரவ ஆக்ஸிஜன் (LOX), திரவ ஹைட்ரஜன் (LH$_2$), ஹைடிராஜின் டைனைடிராஜின் கலப்பு (UDMH) போன்றவைகள் இதில் பயன்படுத்தப்படும்.

திடவகை ராக்கெட்டுகள் இதற்கு எதிர்குணம் கொண்டது. எரிபொருளும் ஆக்ஸிஜனும் சம அளவில் நிறைக்கப்பட்டிருக்கும். பற்றினால் போதும். 'சொன்ன சொல் தவறமாட்டான் கோட்டைச்சாமி, தலைகீழோகத்தான் குதிக்கப் போகிறேன்,' சகிதம் மொத்தத்தையும் எரிக்கும்வரை நிற்காது. திட எரிபொருள் கலவைகளாக அம்மோனியம் நைட்ரேட், பொட்டாசியம் நைட்ரேட், மேலும் சில ரேட் சமாச்சாரங்களுடன் RDX, HMX டமார் வஸ்துகள் கலந்தது. தரையிலிருந்து ஏவுகலங்களை அதிவேகத்தில் கிளப்பிச் செல்லும் முதல் கட்டச் சண்டிக் கருப்பு இந்த சாலிட் (SOLID) எரிபொருளே.

ஏவுகலங்களின் ஆரம்ப கால உருவாக்கத்தில் ஆல்கஹாலும் எரிபொருளாகப் பயன்படுத்தப்பட்டிருக்கிறது. ஜெர்மானியர்கள் ஆல்கஹாலை ஊற்றி (ராக்கெட்டினுள்) அனுப்பிய ராக்கெட்டுகள் தறிகெட்ட வேகத்தில் பறக்க, 'ஆஹா' என ஆச்சரியத்தில் மிதந்திருக்கிறார்கள். பிறகு ஏதோ காரணங்களால் ஆல்கஹால் கைவிடப்பட்டது. எரிபொருளைக் குடித்து விடுவார்கள் என்ற பயமாகக்கூட இருக்கலாம். தற்போது திரவ எரிபொருளில் இயங்கும் எஞ்சின்களில் மூன்று வகைகள் உள்ளது. பெட்ரோலியம், ஹைப்பர்காலிக் மற்றும் அதி ஆற்றல் கொண்ட கிரயோஜெனிக்.

பெட்ரோலிய எரிபொருளில் பயன்படுத்தப்படுவது சுத்திகரிக்கப் பட்ட மண்ணெண்ணை (RP-1). அமெரிக்காவின் முதல் விண்வெளி நிலையம் Skylabஐ சுமந்து சென்ற Saturn-V ஏவுகலத்தின் முதல்கட்ட எரிபொருள் மண்ணெண்ணெய்தான். எந்த விதப் பொறியின் தேவையின்றி இணைந்ததும் பற்றிக்கொள்ளும் இரு திரவங்களைக் கொண்டு உருவாவது ஹைப்பர்காலிக், மிகவும் நச்சுத்தன்மை கொண்ட ஹைடிராஜின் கலப்பு இதில் உபயோகப் படுத்தப்படுகிறது. நமது ஏவுகலங்களின் இரண்டாம் கட்ட எஞ்சின், VIKAS ஹைப்பர்காலிக் வகையே.

அடுத்து கடுங்குளிரில் இயங்கும் கிரயோஜெனிக் எஞ்சின். ஆற்றல் வாய்ந்தது, வளிமண்டல அடுக்குகளைக் கடந்ததும், பெரும் விசையுடன் உந்தித்தள்ள பயன்படுத்தப்படுவது, ஏவுகலங்களின் இறுதிக்கட்ட எஞ்சினும் இதுதான். திரவ ஹைட்ரஜன் (LH_2) எரி பொருளாகவும், திரவ ஆக்ஸிஜன் (LOX) ஆக்ஸிஜனேற்றியாகவும், இணைந்து எரியும் மகாஜோதி இது. வளிமங்களான நைட்ரஜனையும் ஆக்ஸிஜனையும் -253^0C மற்றும் -183^0C குளிர்ந்த நிலையில் நீர்மங்களாக வைத்திருப்பதுதான் இதில் உள்ள ஆகப் பெரும் சவால். இத்தகைய கடுங்குளிரைத் தாங்கும் உலோகங்களை உருவாக்குவது, சேமிப்புக் கலன்களை கட்டமைப்பது என்பது அதிக செலவு பிடிக்கும் விஷயம் மட்டுமல்ல, சிக்கல் நிறைந்த வழிமுறையும் கூட. ஆகவேதான், உலகின் ஆறு நாடுகளால் மட்டுமே கிரயோஜெனிக் தொழில் நுட்பத்தைச் சாத்தியப்படுத்த முடிந்தது, அதில் இந்தியாவும் ஒன்று.

இதில்தான் காத்திருந்து கழுத்தறுத்தது அமெரிக்கா. 1990களின் துவக்கத்தில் கிரயோஜெனிக் தொழில்நுட்பம் கற்க இஸ்ரோ முனைகிறது. அப்போது இது கைவரப் பெற்ற நாடுகள் அமெரிக்கா, பிரான்ஸ் மற்றும் சோவியத். கிரயோஜெனிக் எஞ்சின்களை வாங்க இந்தியாவின் பட்ஜெட் 180 கோடி. ஆனால் அமெரிக்க நிறுவனமான 'ஜெனரல் டைனமிக்ஸ்' அதிக விலை கூறியதுமன்றி தொழில் நுட்பத்தைப் பகிரவும் மறுத்துவிட்டது. பேரம் படியவில்லை. அடுத்து பிரான்ஸிடம் இதே நிலை நீடிக்க, இறுதியாக சோவியத் இந்தியப் பட்ஜெட்டிற்கு இசைகிறது. இரண்டு கிரயோஜெனிக் எஞ்சின்கள் மற்றும் அதன் தொழில்நுட்பத்தைப் பகிர இரு நாடுகளிடையே ஒப்பந்தம் கையெழுத்தாகிறது. அதன் முதல் கட்டமாக இரண்டு இயந்திரங்கள் இந்தியா வசம் வந்தது.

உலகில் எந்த நாடும் சுயமாக முன்னேறினால் அமெரிக்காவிற்குப் பொறுக்காது. அதன் மரபணு அப்படி! ஒப்பந்தத்தில் தலையிட்டது அமெரிக்கா. MTCR எனப்படும் ஏவுகணை தொழில்நுட்பக் கட்டுப்பாடு உடன்படிக்கையின்படி, சோவியத் இதைப் பகிரக் கூடாது என்று பஞ்சாயத்தைக் கூட்டினார் அதிபர் ஜார்ஜ் H.W. புஷ் (ஜார்ஜ் புஷ் தந்தை). பதறிப் போனது சோவியத்தும் இந்தியாவும். காரணம் கிரயோஜெனிக் என்பது ஏவுகலங்களுக்கான பிரத்யேகத் தொழில்நுட்பம். அதற்கும் ஏவுகணைகளுக்கும் எவ்விதத் தொடர்பும் இல்லை என்பது உலகறிந்த ஞானம். ஆனால் உள்நாட்டுக் குழப்பங்களால் சோவியத்தால் இதை எதிர்க்க முடியவில்லை. சோவியத் ஒன்றியம் ரஷ்யாவாக மாறிய காலகட்டம் அது.

ஏவுகணைகள் தயாரிக்கவே இந்தியா இதை வாங்குகிறது என அபாண்டமாகக் குற்றம் சாட்டியது அமெரிக்கா.

பணிந்தார் ரஷ்யாவின் புதிய அதிபர் போரிஸ் எல்ஸ்டின். ஒப்பந்தத்தை ரத்து செய்தார். ஏமாற்றப்பட்டது இந்தியா. அப்போதைய இஸ்ரோ தலைவர் U.R. ராவ் அமெரிக்கா விரைகிறார். அமெரிக்கத் துணை அதிபர் அல்கோரியைச் சந்தித்து, இது 'எங்கள் அறிவியலுக்காக மட்டுமே' என்பதை விளக்குகிறார். தடையை விலக்க மறுக்கிறது அமெரிக்கா. மனம் தளராமல் சோவியத் செல்கிறார் U.R. ராவ். நிலையை விளக்குகிறார். 'புரிகிறது ராவ். ஆனால் இந்தச் சூழ்ச்சியை எதிர்க்கும் நிலையில் நாங்கள் இப்போது இல்லை' என்கிறது ரஷ்ய அரசு. வேறு வழியின்றி, ஒரு கோரிக்கை வைக்கிறார் ராவ். நிறையப் பணம் தந்திருக்கிறோம், தொழில் நுட்பம்தான் பகிரவில்லை. இன்னும் சில எஞ்சின்களையாவது தாருங்கள் என்கிறார். சம்மதிக்கிறது ரஷ்யா. இஸ்ரோவிடம் 7 கிரையோஜெனிக் எஞ்சின்கள் வருகிறது. வளிமத்தைக் குளிர் நிலையில் நீர்மமாகக் கொண்டு இயங்கும் இந்த இயந்திரங்கள்தான் இருப்பதிலேயே சிக்கலான கட்டமைப்பு. இதைப் பிரித்து, ஆய்ந்து இதன் தொழில்நுட்பத்தை நாமே உருவாக்குவோம் எனச் சபதம் கொள்கிறது இஸ்ரோ.

1994ல் இதற்கான திட்டம் மற்றும் சோதனை ஆய்வகப்பணிகள் துவங்குகிறது. மஹேந்திரபுரியில் இஸ்ரோ உந்துவிசை ஆய்வகம் அமைகிறது. கைவசமுள்ள 7 எஞ்சின்களில் ஒன்றைப் பயன்படுத்தி இதன் சக்தியைச் சோதிக்கலாம் என GSLV-Mark1 ஏவப்படுகிறது. ஆனால் கிரயோஜெனிக் எஞ்சினில் எதிர்பார்த்த விசை வெளிப் படாமல் சுற்றுப் பாதையை அடையுமுன்பே செயற்கைக்கோள் விடுக்கப்பட்டது. திட்டம் தோல்வி. என்ன பிரச்னை எனப் பார்த்தால் வழங்கப்பட்ட எஞ்சின்கள் அனைத்தும் 1960களின் தொழில்நுட்பத்தில் உருவானது. அதிர்ந்து போனது இஸ்ரோ. இதன் சக்தியை மேம்படுத்தினால் மட்டுமே GSLV கனவு சாத்தியம் எனும் நிலை.

கிரயோஜெனிக் உருவாவதற்குள், ஏற்கெனவே உள்ள திட மற்றும் திரவ (விகாஸ்) எஞ்சின்களைப் மேம்படுத்தி, நான்கு கட்டங்களில் இயங்கும் ஒரு சக்திவாய்ந்த ஏவுகலத்தை உருவாக்குகிறது இஸ்ரோ. இதன் பெயர், PSLV (Polar Satellite Launch Vehicle - முனைய செயற்கைக்கோள் ஏவுகலம்). கிரயோஜெனிக் துரோகம் நிகழ்ந்த அதே வருடம் 1993ல் PSLV ஏவுகலத்தின் முதல் ஏவல், படு தோல்வி

அடைந்தது. IRS-1 செயற்கைக்கோளுடன் கடலில் விழுந்தது PSLV. நொறுங்கிப் போனது இஸ்ரோ.

எத்தனை தடைகள், எத்தனை இடர்கள். 'அறிவியலில் தோல்விகள் என்று எதுவும் இல்லை, அனைத்தும் பாடங்களே' என எளிதாகச் சொல்லிவிட முடிகிறது. ஆனால் இத்தனை சதிகள், விமர்சனங்கள் கடந்து வருடக்கணக்கில் உழைத்துத் தோல்வியுறும்போது எழும் வலி இருக்கிறதே! அதில் இருந்து மீண்டு வர விஞ்ஞானம் மட்டும் போதாது. விதியை வெல்லும் ஓர் அசாத்திய நம்பிக்கை தேவை. உடல், பொருள், ஆவி என அனைத்தும் உழைக்கவேண்டும். தங்கள் திறமையை நம்பியது இஸ்ரோ. தேசத்தை நம்பியது. நான் வீழ்வேன் என்று நினைத்தாயோ என வெடித்துக் கிளம்பியது. திட வகை, ஹைபர்காலிக், கிரயோஜெனிக் என மூன்றையும் மேம்படுத்தத் திட்டங்கள் உருவாகின. புதிய வழிமுறைகள், வடிவமைப்பு, தொழில்நுட்பம், எனக் களமிறங்கியது.

திட எரிபொருள்களின் வெற்றிக்குப் பின்னணியில் கலாம் இருந்தார் என்றால், திரவ எரிபொருள் எஞ்சின் வெற்றியின் பெரும் பங்கு நம்பி நாராயணன் அவர்களையே சாரும். ஆனால் அதற்கு அவர் ஒரு மிகப்பெரும் விலை கொடுக்க வேண்டியிருந்தது. எங்கு அடித்தால் இந்திய விஞ்ஞானிகள் உடைவார்கள் எனத் தெரிந்து தேசத் துரோக வழக்கில் அடித்தார்கள். இந்தியாவின் கனவை உடைத்தார்கள். இந்த சதிக்குப் பின்னணியில் யார் இருந்திருப்பார் என்பது நீங்கள் அறிந்ததே.

GSLV (Geosynchronous Satellite Launch Vehicle - பூவி இடைநிலை செயற்கைக்கோள் ஏவுகலம்) உருவாக்கும் பணிகள் துவங்கியது. இது இந்தியாவின் கனவுக் கலம். 5000 கிலோ முதல் 8000 கிலோ வரை சுமந்து செல்ல வல்லமை கொண்டது. GSLVயின் இதயம் கிரயோஜெனிக். தொடர் முயற்சிகள், சோதனைகள் என கிரயோஜெனிக் தொழில்நுட்பத்தின் அடுத்த நிலையை எட்டும் போது உருவானது சிக்கல். மாலத்தீவை சேர்ந்த மரியம் ரஷீதா, பெளஸியா ஹாஸன் என இரு நபர்கள் கேரள மாநிலக் காவல் துறையால் சந்தேகத்தின் பெயரில் கைது செய்யப்பட்டனர். அவர்களிடத்தில் இருந்து ஏவுகல எஞ்சின்களின் வரைபடங்களைக் கைப்பற்றியது காவல்துறை. இஸ்ரோ விஞ்ஞானிகள் நம்பி நாராயணன் மற்றும் டி. சசிகுமரன் ஆகிய இருவரும் இதைத் தந்ததாக விசாரணையில் தெரிவித்தார்கள். உளவாளிகள் மூலமாக பாகிஸ்தானுக்குத் தொழில்நுட்பத்தை விற்றதாக இஸ்ரோ விஞ்ஞானிகள் இருவர் மீதும் குற்றம் சாட்டப்பட்டது. தேசத்

PSLV - Polar Satellite Launch Vehicle
முனைய செயற்கைக்கோள் ஏவுகலம்

GSLV - Geosynchronous Satellite Launch Vehicle
புவி இடைநிலை செயற்கைக்கோள் ஏவுகலம்

துரோக வழக்கில் இருவரையும் கைது செய்து சிறையில் அடைத்தது காவல்துறை.

இவர்கள் வேறு யாருமல்ல! அமெரிக்காவின் சதிக்குப் பிறகு, இறுதியாக 5 கிரையோஜெனிக் இயந்திரங்களைக் கொண்டுவர இந்தியாவின் சார்பில் ரஷ்யாவிற்கு அனுப்பப்பட்டவர்கள். இருவரின் பெயரும் இருக்கும்போதே தெரிய வேண்டாமா, இது பொய்க் குற்றசாட்டு என்று! ஆனால் இவர்களைச் சிறையில் தள்ளி வதைத்தார்கள். இது பொய்க் குற்றச்சாட்டு, இவர்கள் எந்தவிதத் துரோகத்திலும் ஈடுபடவில்லை என முன்னாள் தலைவர் சதிஷ் தவான், இஸ்ரோ தலைவர் U.R.ராவ், T.N. சேஷன், யஷ்பால் ஆகிய இஸ்ரோ ஜாம்பவான்கள் அரசுக்கு விளக்கக் கடிதம் எழுதினார்கள். ஆயினும் அரசு ஏற்கவில்லை.

மாநிலக் காவல்துறையில் இருந்து மத்திய உளவுப் பிரிவுக்கு (IB) வழக்கு மாறியது. வதைகள் இன்னும் அதிகமாகின. வேறு சில விஞ்ஞானிகளுக்கும் இதில் தொடர்பிருப்பதாக கட்டாய வாக்கு மூலம் தருமாறு நம்பி நாராயணன் நிர்பந்திக்கப்பட்டார். அவர் மறுக்க சித்ரவதைகள் தொடர்ந்தது. இதில் விஞ்ஞானிகள் இருவரது உடல் நிலையும் மோசமடைந்தது. 50 நாட்கள் விசாரணைக்குப் பின் வழக்கு சி.பி.ஐ வசம் வர, இந்த உளவுக் குற்றச்சாட்டுகளுக்கு அடிப்படை ஆதாரமே இல்லை என்ற உண்மையைக் கண்டறிந்தார்கள். 1998ல் இவர்களை நிரபராதிகள் எனத் தீர்ப்பளித்து விடுதலை செய்தது உச்ச நீதிமன்றம்.

இவர்கள் குற்றம் சாட்டப்பட்ட விநாடியில் இருந்து பலவிதமான கட்டுக் கதைகளை எழுதியிருந்தன ஊடகங்கள். விஞ்ஞானிகளின் மீது அவதூற்றை வாரி இறைத்தன. தீர்ப்புக்கு முன்பே இவர்கள் தேசத் துரோகிகள் எனத் தெருவில் தொங்கியது தினசரிகள். நொடிந்து போனது இஸ்ரோ. இந்தியாவின் கிரையோஜெனிக் உருவாக்கம் தாமதமானது.

இடைப்பட்ட காலத்தில் PSLV ஏவுகலம் மீண்டும் உருவெடுத்தது. இதன் முதல் கட்ட எஞ்சின் S139 திட எரிபொருள் வகை - 110 நொடிகள் எரிப்பில் 486 டன் விசையை உமிழ வல்லது. இரண்டாம் கட்ட எஞ்சின் விகாஸ் ஹைபர்காலிக் திரவ எரிபொருள் வகை - 133 நொடிகள் எரிப்பில், 80 டன் விசையை உமிழ வல்லது. மூன்றாம் கட்ட S-7 எஞ்சின் திட வகை - 83 நொடிகள், 24 டன் விசையை உமிழ வல்லது. நான்காம் கட்டம் இரண்டு ஹைபர்காலிக் திரவ எஞ்சின்கள் - 425 நொடிகள், 1.5 டன் விசையை உமிழ வல்லது.

PSLV 1500 கிலோவிற்கு மேலான எடையைச் சுமந்து செல்ல வல்லது. முதல் சோதனை தோல்வியடைந்த அடுத்த வருடமே IRS-2 செயற்கைக்கோளை வெற்றிகரமாக விண்ணில் ஏவியது PSLV. அதன் பிறகு தரையில் நிற்பதற்குக்கூட நேரமில்லை. வருடம் ஒரு முறை எனப் பறந்தது. பிறகு ஆறு மாதங்களுக்கு ஒரு முறை, பிறகு மூன்று மாதங்களுக்கு ஒரு முறையெனப் பறந்தது. ஒவ்வொருமுறையும் பல நாடுகளின் செயற்கைக்கோள்களை விண்ணில் ஏவித் தந்தது PSLV.

இந்தியாவின் விண்வெளி வர்த்தகத்திற்காக உழைக்கும் குதிரை PSLVதான். 2016 வருடத்தில் மட்டும் ஆறு முறை விண் சென்றது. இதுவரை 47 முறை விண்ணடைந்த PSLV, 260க்கும் மேற்பட்ட செயற்கைக்கோள்களை பல சுற்றுவட்டப் பாதைகளில் நிலை நிறுத்தியுள்ளது. உலகச் சாதனையான 104 செயற்கைக்கோள்களை சூரிய ஒத்திசைவுப் பாதையில் நிலைநிறுத்தியது, இந்தியாவின் சந்திரயான் கனவைச் சாத்தியப்படுத்தியது, செவ்வாய் கிரகத்திற்கு இந்தியாவை அழைத்துச் சென்றது, என அனைத்தும் PSLVதான்.

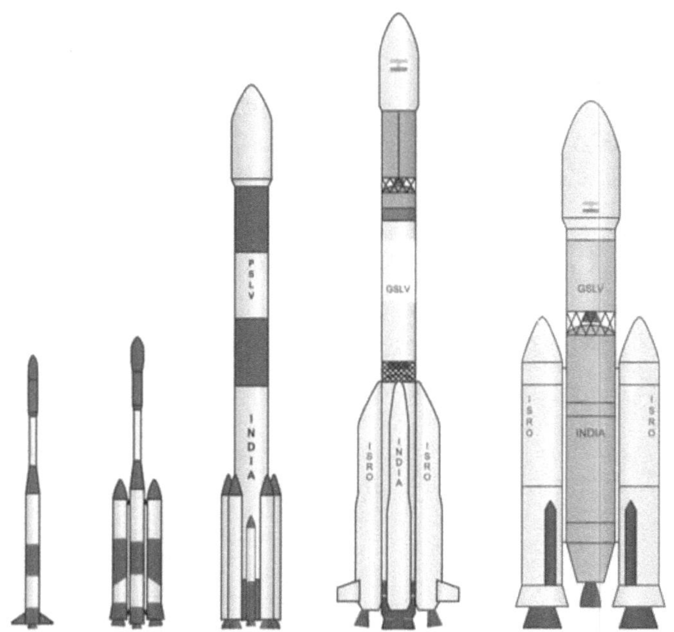

இந்திய ஏவுகலன்கள் – ஓர் ஒப்பீடு

இடமிருந்து வலம்: SLV, ASLV, PSLV, GSLV, GSLV Mark III

சோதனைகளினூடே கிரயோஜெனிக் தொழில்நுட்பம் கற்றுத் தேர்ந்தது இஸ்ரோ. புதிய வடிவமைப்பு மற்றும் மேம்படுத்தப்பட்ட தொழில் நுட்பம் என உருவானது இந்தியாவின் சொந்த கிரயோஜெனிக் எஞ்சின், பெயர் CE-7.5. இஸ்ரோவின் இந்த இருபது வருட உழைப்பைத் தன் இதயமாகக் கொண்டு உருவானது, புவி இடைநிலை செயற்கைக்கோள் ஏவுகலம் (GSLV - Geosynchronous Satellite Launch Vehicle). மூன்று கட்ட எஞ்சின்களில் இயங்கும் இதன் முதல் இரு கட்டம், விகாஸ் எஞ்சின்கள் - 66 அடி உயரம், 85 டன் விசையை வெளிப்படுத்தும். மூன்றாவது கட்டம் CE- 7.5 கிரயோஜெனிக் எஞ்சின் - 75 டன் விசையை உமிழும். GSLV கலமானது 4000 முதல் 8000 கிலோ எடை வரை சுமந்து செல்ல வல்லது.

ஆக சுமந்து செல்லும் சரக்கின் எடை 1000 முதல் 2000 கிலோ வரை என்றால் PSLV. 4000 முதல் 8000 வரை என்றால் GSLV.

சரி! 500 கிலோவிற்கும் குறைந்த சிறிய வகைச் சரக்குகள் அனுப்ப என்ன செய்யலாம் என யோசித்தபோது உதயமானது, சிறிய செயற்கைக்கோள் ஏவுகலம் (SSLV). நமது முதல் SLV-3 ஏவுகலத்தின் மேம்படுத்தப்பட்ட வடிவம். SSLV சோதனைகளைத் துவங்கியதும் அதற்கான விருப்பங்கள் குவிகின்றன. இரண்டு அமெரிக்க நிறுவனங்கள் தங்களது செயற்கைக்கோள்களை ஏவித்தர முன்பதிவு செய்திருக்கிறார்கள். SSLV சோதனையே இன்னும் முடியவில்லை! பொறுமை... பொறுமை என்றிருக்கிறது இஸ்ரோ.

மூன்று வித ஏவுகலங்கள் மூலம் விண்வெளி வர்த்தகத்தில் வரலாறு படைக்கக் காத்திருக்கிறது இந்தியா. ஒரு வருடத்திற்கு 60 ஏவுகலங்களைச் செலுத்தவேண்டும் என இஸ்ரோ திட்டமிட்டுள்ளது,

PSLV நம் பாட்டாளி என்றால் GSLV நம் பாகுபலி.

'அமரேந்திர பாகுபலியாக நான்' என அமெரிக்காவின் வஞ்சம் உடைத்து இப்படியாக நெஞ்சம் நிமிர்த்தியது இந்தியா.

12

கடவுளின் புகைப்படம்!

நமது பால்வெளி, சூரியக் குடும்பம், கோள்கள் எல்லாம் நாம் அறிந்ததே. ஆனால் மனிதன் அரும்பாடுபட்டு எதைத் தேடுகிறான்? இத்தனை பிரயத்தனங்களில் விண்வெளியில் நாம் சாதித்தது அல்லது சந்தித்ததுதான் என்ன? கொஞ்சம் சுவாரசியத்துடன் தெரிந்து கொள்வோம்.

சூரியனின் ஈர்ப்பு விசையில் நம் கோள்கள் இருப்பதும், பால்வெளியின் ஈர்ப்பு விசையில் சூரியக் குடும்பம் இருப்பதும் தெரியுமல்லவா! இந்த ஈர்ப்பு விசையால் நம் கோள்கள் ஏன் சூரியனில் விழவில்லை? நம் நிலா ஏன் ஈர்ப்பு விசையில் இன்னும் இழுக்கப்படவில்லை? நிலா நிலா ஓடி வா என்றதும் இந்நேரத்துக்கு வந்திருக்கவேண்டுமே! எது தடுக்கிறது? சிம்பிள். உங்கள் அருகில் செல்லும் ஒரு பாம்பின் வாலைப் பிடித்து கரகரவென வேகமாகச் சுற்றுகிறீர்கள் என்றால் என்ன ஆகும்? ...ஊ... என சங்கு சத்தம் கேட்கும் என்பீர்களா! கவலை வேண்டாம், உங்களுக்கு ஒன்றும் ஆகாது. நீங்கள் சுற்றுவதை நிறுத்தினால்தானே பாம்பால் கடிக்க முடியும். அப்படியே சுற்றிக் கொண்டே உங்கள் வீட்டை வலம் வாருங்கள். ஆஹா, எத்தனை அற்புதம்.

இந்த வேகம்தான் கோள்களை ஈர்ப்பு விசை இழுத்துவிடாமல் ஒரு நிலையான பாதையில் சுற்றி வர வைக்கிறது. ஒரு நூலின் முனையில் கட்டப்பட்ட பந்துபோல மணிக்கு 1,10,000 கி.மீ வேகத்தில் பூமி

சூரியனைச் சுற்றி வருகிறது. இந்த வேகம் இருக்கும்வரை ஈர்ப்புவிசையால் உள் இழுக்கப்படாது. ஈர்ப்பு விசை இருக்கும்வரை நீள் வட்டப்பாதையில் சுற்றுப் பயணம் தொடரும். ஈர்ப்புவிசை நின்றுவிட்டால் வட்டெறிதலில் சுற்றி வீசுவார்களே அதுபோல பிரபஞ்சத்தில் பூமி எங்காவது போய் விழக்கூடும்.

எல்லோர் குடும்பத்திலும் விதிவிலக்காக சில வியாக்யானங்கள் இருக்கும். பெரும்பாலும் தம்பி, தங்கைகளாக இவர்கள் அமைவார்கள். நாம் இடம் போனால், அவன் வலம் போவான், நாம் தோனி என்றால், அவன் கோலி என்பான். நாம் தல என்றால் சர்வ நிச்சயமாக அவன் தளபதி என்பான். இந்தப் பரிணாம முரணின் துவக்கம் சூரிய குடும்பமாகத்தான் இருக்கவேண்டும்.

8 முதன்மைக் கோள்களில் (2006ல் இருந்து புளூட்டோ முதன்மைக் கோள் அல்ல) ஆறு கோள்கள் கடிகார எதிர்திசையில் சுழல, வெள்ளிக் கோள் அவைகளுக்கு நேர் எதிர்திசையில் சுழல்கிறது. ஏன்டா இப்படி? எனச் சூரியன் கேட்க, 'நானாச்சும் பரவாலண்ணே, அங்க பாருங்க!' என யுரேனைஸக் காட்டியது. யுரேனஸ் சைடு வாக்கில் சுழன்றுகொண்டே சூரியனுக்கு ஒரு வணக்கம் வைத்தது. இவர்கள் இருவர் மட்டும் ஏன் சம்பந்தமே இல்லாமல் வேறு திசைகளில் சுழல்கிறார்கள் என்பதற்கு விடை இன்னும் தெரிய வில்லை. விண்கல் ஏதேனும் மண்டையில் மோதியிருக்கலாம் என அனுமானித்திருக்கிறோம். சரி! இவற்றில் எத்தனைக் கோள்களுக்கு மனிதன் சென்றிருக்கிறான் என்றால், ஒன்றும் இல்லை என்பதுதான் பதில். ஆம்! நமது நிலாவில் மட்டுமே மனிதன் இதுவரை கால் பதித்திருக்கிறான்.

அதென்ன 'நமது நிலா'. ஒவ்வொரு கோள்களுக்கும் அதைச் சுற்றும் இயற்கைக் கோள்களாக பல நிலாக்கள் இருக்கின்றன. இதில் பூமி சமர்த்து, ஒருத்தனுக்கு ஒருத்தி. சனிக்கோள் அதிகம் - 82 நிலாக்கள். அதான் கடுப்பில் நம்மைப் படுத்துகிறார் போலும். செவ்வாய்க்கு இரு தாரம். வியாழனிற்கு 79. சூரியக் குடும்பத்தின் பெரிய நிலா வியாழன் வசம் உள்ளது. பெயர் கனிமெட். கடைசியாக இருக்கும் நெப்ட்டியூனிற்குக் கூட 14 நிலாக்கள் இருக்கின்றன. ஒரு நிலா கூட இன்றி சிங்கிள்ஸாகவே வாழ்வது, மெர்குரி மற்றும் வீனஸ்.

சரி. மனிதன் சென்றது நமது நிலா, ஆனால் மனித அறிவு எதுவரை சென்றிருக்கிறது?

பயணத்தைப்பற்றி தெரிந்துகொள்வதெனில் தொலைவு குறித்தும் அறியவேண்டும். அப்போதுதான் சாதனை விளங்கும். புதன்தான்

சூரியனிற்கு அருகில் உள்ள முதல் கோள். பூமி மூன்றாவது கோள். சுற்றுவட்டப்பாதையில் அருகே வரும் புதன்தான் நமக்கு அருகாமைக் கோள். அந்த அருகாமைக் கணங்களின் தொலைவு மட்டும் 77 மில்லியன் கி.மீ.

செவ்வாய்க் கோளின் சராசரி தூரம் 225 மில்லியன் கி.மீ. கோள்கள் சுற்றுப்பாதையில் பயணித்திருப்பதால் தூர மாறுதல் இருக்கும். அருகில் வரும் காலத்தைக் கணக்கிட்டு பாய்ச்சலை நிகழ்த்த வேண்டும். இவ்வளவு தூரம் பயணிக்க நம்மிடம் அதிசக்தி வாய்ந்த எரிபொருள் உள்ளதா? நிச்சயம் இல்லை. ஆனால் மூளை உள்ளது. அதுதான் orbit-raising maneuver எனும் விண்கலையைக் கண்டு பிடித்து பயணத்தைச் சாத்தியப்படுத்துகிறது.

விண்வெளியில் உள்ள எந்த வஸ்துவும் நிலையான பயணத்தில் இருக்கும். இந்தப் பயணத்திற்கு எவ்வித உந்துவிசையும் தேவையல்ல. ஈர்ப்பு விசை குறைந்த இடங்களில் இலக்கற்ற மிதப்பு, மிகுதியான இடங்களில் அது சுற்றுப் பயணமாக நிகழ்கிறது. இந்தப் பயண வேகம் 10,000 கி.மீ க்கு குறைவில்லாமல் இருக்கும். எரிபொருளின்றிக் கிடைக்கும் இந்த இலவச வேகத்தைத்தான் நாம் பயன்படுத்திக்கொள்கிறோம். கெளபாய் படங்களில் கயிற்றைச் சுழற்றி சுருக்கு வீசுவார்களே? அதுபோல!

உங்கள் வீட்டில் இருந்து பத்து கி.மீ தொலைவில் உள்ள பூங்காவிற்குச் செல்கிறீர்கள். கைவசம் பத்து ரூபாய் எரிபொருள்தான் உள்ளது. எப்படிச் செல்வீர்கள்? 'போக மாட்டேன். வீட்லயே உக்காந்துக்குவேன்' என்காதீர்கள். ஒரு காம்பஸை எடுத்து உங்களுக்கும் பூங்காவிற்கும் இடையில் உள்ள தூரத்தை பத்து வட்டங்களால் பிரிக்கிறீர்கள். அதாவது ஒவ்வொரு கிலோ மீட்டருக்கும் ஒரு வட்டம். உங்கள் இருசக்கர வாகனத்தை எடுத்து ஓர் அழுத்து. முதல் வட்டத்தை அடைந்ததும் எஞ்சினை அணைத்துவிடுகிறோம். மந்தைவெளி என்றால் லாரி ஏறிவிடும். ஆனால் இது விண்வெளி! அந்த வட்டத்தில் சுற்றத் துவங்குவீர்கள்.

இது முதல் வட்டம் என்பதால் கொஞ்சம் எரிபொருள் தந்து வேகம் பிடிக்கவேண்டியிருக்கும். (செயற்கைக்கோள், ஆய்வுக்கலம் என்றால் ராக்கெட் உந்தித்தள்ளி விடும்.) மணிக்கு 20,000 கி.மீ வேகத்தில், ஒரு முழு வலம் வந்து, சுற்ற ஆரம்பித்த இடத்திற்கு வரும்போது அடுத்த அழுத்து, நேராக இரண்டாவது வட்டத்தை அடைவீர்கள். எஞ்சினை அணைத்தால் அதில் ஒரு முழுமைச் சுற்று, 25,000 கி.மீ வேகம். அதன் ஆரம்ப இடத்திற்கு வந்ததும் அடுத்த திருகு. மூன்றாவது வட்டம். எஞ்சின் அணைத்தல். முழுமைச் சுற்று,

வேகம், ஆரம்பித்த இடம். மறுபடியும் அடுத்த அழுத்து, நான்காவது வட்டம், எஞ்சின் அணைத்தல், வேகம் என சுற்றுவட்டப்பாதையில் வேகம் பிடித்துத் தாவித் தாவி, சொச்ச எரிபொருளில் மில்லியன் மைல்களைக் கடந்திருக்கிறோம் நாம். நாமென்றால் நிச்சயம் நம் இஸ்ரோதான். சந்திரயான், மங்கள்யான் திட்டங்கள் குறைந்த பொருட்செலவில் சாத்தியமானது இப்படியே. உலகம் மூக்கின் மேல் இஸ்ரோவை வைத்து வியந்தது.

சரி! இத்தனைக் கோட்பாடுகள், உக்திகள் பயன்படுத்தி நாம் விண்வெளியில் எவ்வளவு தூரம்தான் பயணித்திருக்கிறோம்? இந்த சூரியக் குடும்பத்தின் முதன்மைக் கோள்களை விஜயம் செய்து, புகைப்படம் எடுக்கும் ஒரு மெகா சுற்றுலாவிற்கு இரு ஆய்வுக் கோள்களை நாசா விண்ணில் ஏவியது. வாயேஜர்-1 மற்றும் வாயேஜர்-2 எனப் பெயரிடப்பட்ட இரு கலங்களும் 15 நாட்கள் இடைவெளியில் 1977ல் ஏவப்பட்டு, தங்கள் பயணத்தைத் துவங்கின. இரு கலங்களும் 42 வருடங்கள் பயணித்து நமது சூரியக் குடும்ப எல்லையான 'Heliopause'ஐக் கடந்து இன்டர்ஸ்டெல்லார் எனப்படும் இடைவிண்வெளிக்குள் தற்போது நுழைந்துள்ளது. 8 பில்லியன் கி.மீ தூரப் பயணமிது. மனித அறிவின் மற்றுமொரு அசாத்தியம் இந்த வாயேஜர் பயணம். இந்த இரு கலங்களிலும் பூமியின் இயற்கை சப்தங்கள், விலங்குகளின் ஒலிகள், நாம் பேசிய வாழ்த்துச் செய்திகள், புகைப்படங்கள் என 55 மொழிகளில் பதிவு செய்யப்பட்ட ஓர் ஒலித்தட்டையும் இணைத்து அனுப்பியுள்ளோம். ஏலியன் யாராச்சும் இருந்தால் அதன் சந்ததிகள் பார்த்துக் கேட்டுத் தெரிந்துகொள்ள வேண்டி இந்த ஏற்பாடு.

நாம் நமது பூமி குறித்த தகவல்களை அனுப்பியுள்ளோம். சரி! இதே போல பிரபஞ்சத்தில் இருந்து நமக்கு ஏதேனும் தகவல்கள் வந்துள்ளதா? வந்தது! நம் வாட்சப் செய்திகள்போல குழப்படியாக வராமல், மர்மமாக வந்தது. Fast Radio Burst (FRB) எனும் அதிவேக ஒலிச் சிதறல்கள் இதுவரை 8 முறை பூமியை வந்தடைந்துள்ளன. பல பில்லியன் ஒளி வருடங்களுக்கு அப்பாலிருந்து இது வருகிறது எனக் கண்டுபிடித்துள்ளோம். இது வேற்றுக் கிரக உயிராக இருக்க வாய்ப்பில்லை. கருந்துளைக்குள் ஏதேனும் விழுங்கப்படும்போது, வெளியாகும் ஒலிச்சிதறல் இது எனச் சமாதானம் சொல்லி இருக்கிறார்கள். காத்திருப்போம்.

சூரியக்குடும்பம் கடந்து வாயேஜர்ஸ் உதவியில் இடை விண்வெளிக்குள் நுழைந்துவிட்டால் பிரபஞ்சத்தை அளந்து விட முடியுமா? உலகை நடைபயணமாக சுற்றி வருவது என

முடிவெடுத்து, 42 வருடங்களாக நடப்பீர்கள் எனில் நீங்கள் எங்கு வந்திருக்கிறீர்கள் தெரியுமா? உங்கள் வீட்டு வாசலுக்கு வெளியே! இனி 50 வருடங்கள் நடந்தால்தான் பக்கத்து வீடு வரும். அடுத்த சில வருடங்களில் பக்கத்துத் தெரு. இதுதான் வேகம். என்னடா! அநியாயமா இருக்கு! இதுக்குப் பேரு வேகமா? சோகம் என்பீர்களானால் மணிக்கு 45,000 கி.மீ பயணித்தே சூரிய எல்லையை இப்போதுதான் கடந்திருக்கிறது வாயேஜர்ஸ். பிரபஞ்சம், அத்தனை அதி பிரமாண்டம்!

இப்போதுதான் சூரிய எல்லையைக் கடக்கிறோமானால், நாம் எப்படி இத்தனை கண்டுபிடித்தோம். கணிப்பா என்றால் துவக்கத்தில் அனைத்தும் கணிப்புகளாக, கோட்பாடுகளாகத்தான் இருந்தது. ஆனால் பில்லியன் ஒளி ஆண்டுகளுக்கு அப்பால் உள்ள கோள்களை, நட்சத்திரங்களைக்கூட நாம் காண்கிறோம். புகைப் படம் எடுக்கிறோம். காரணம்! கண்டுபிடிப்புகளில் ஆகச் சிறந்தது என அறிவியல் உலகம் கொண்டாடும் ஹபிள் விண்வெளித் தொலைநோக்கி (Hubble Space Telescope). 44 அடி நீளமும், 11,110 கிலோ எடையும் கொண்ட இப்பிரம்மாண்டத் தொலை நோக்கியைப் பல வருட உழைப்பின் பலனாக புவி சுற்றுவட்டப் பாதையில் நிலை நிறுத்தியது நாசா. மணிக்கு 27,000 கி.மீ வேகத்தில் பயணிக்கும் ஹபிள் 90 நிமிடங்களில் சுற்றுப்பாதையை ஒருமுறை நிறைவு செய்யும். இவ்வளவு அதிவேகத்தில் பயணிக்கும் இதன் துல்லியம் எப்படித் தெரியுமா?

நாசா இணையதளத்தில் இப்படி விளக்குகிறார்கள்! வெள்ளை மாளிகையில் அமர்ந்திருக்கும் அதிபர் நிக்சன் தலையில் ஓர் ஐந்து பைசா நாணயத்தை வைத்து, 300 கி.மீ தொலைவிலிருந்து நாணயத்தின் மீது லேசர் கதிர் பாய்ச்ச வேண்டுமெனில் எவ்வளவு துல்லியம் தேவையோ, அதே துல்லியத்தில் இயங்குகிறது ஹபிள் தொலைநோக்கி. ஆயிரம் ஒளி வருடங்களுக்கு அப்பால் உள்ள விண்மீன் பேரடைகள், பில்லியன் ஒளி வருடங்களுக்கு அப்பால் உள்ள கோள்கள், நட்சத்திரக் கூட்டங்கள் என கிட்டத்தட்ட பிரபஞ்சத்தின் மூலை முடுக்கு அனைத்திலும் நுழைந்து படம் பிடிக்கிறது ஹபிள். இதில் உள்ள ஒரு சுவாரசியம் என்னவெனில், இது கடந்த காலத்தைத்தான் படம் எடுக்கிறது.

அது எப்படி?

விமானம் செல்லும் ஓசைக் கேட்டு வானைப் பார்த்தால் அங்கு விமானம் இருக்காது. அது நம்மைக் கடந்திருக்கும். சில

வினாடிகளுக்கு முன் வெளியான விமானத்தின் ஒலி நம்மை வந்து சேர எடுத்துக்கொண்ட நேரத்துக்குள் அது கடந்திருக்கிறது. இது ஒலியின் வேகம். இதேபோல ஒளிக்கும் ஒரு வேகம் இருக்கிறது. இதுவரை நாம் ஒளியைவிட வேகமாகப் பயணிக்கும் எதையும் கண்டறியவில்லை. ஆகவேதான் அறிவியல் மேதை ஆல்பர்ட் ஐன்ஸ்டைனின் 'Nothing travels faster than light'தான் வேகத்தின் ஆதாரக் கோட்பாடு. அபரிமிதத் தொலைவுகளை ஒளியின் வேகத்தில் இதனால்தான் குறிப்பிடுகிறோம். அதென்ன ஒளி வருடங்கள்?

ஒளியானது ஒரு வருடத்தில் எவ்வளவு தூரம் பயணிக்குமோ அதுதான் ஓர் ஒளி வருடம். தோராயமாக 9.46 ட்ரில்லியன் கிலோ மீட்டர். ஹபிள் உற்று நோக்கும் ஒளிப்பிம்பங்கள் கடந்த காலத்துடையது. ஒரு நட்சத்திரம் 10 பில்லியன் ஒளி வருடங்கள் தொலைவில் இருக்கிறது என்றால், அந்த ஒளியானது அவ்வளவு வருடங்கள் பயணித்து ஹபிள் கண்களை வந்தடைந்திருக்க வேண்டும்.

ஆகவே மனிதனால் நிச்சயம் கடந்த காலத்தைப் பார்க்க முடியும். பயணிக்க முடியுமா? ஒன்று கிடைத்தால் சாத்தியம்! என்ன அது? அடுத்த அத்தியாயங்களில் கிடைக்கலாம், தொடருங்கள்.

இன்னும் சில மாதங்களில் ஹபிளைவிட பல மடங்கு அதி ஆற்றல் வாய்ந்த ஜேம்ஸ் வெப் தொலைநோக்கியை (James Webb Space Telescope - JWST or 'Webb') நிறுவ இருக்கிறது நாசா. ஹபிள் நுழையாத இடங்களில்கூட 'வெப்' நுழையலாம். ஜூம் செய்து உள் நுழைய நுழைய பிரபஞ்சப் பெருவெடிப்பின் ஆரம்ப ஒளிகூடக் கிட்டலாம். அங்கே ' ஏய்! லைட்ட திருப்பாத! லைட்ட திருப்பாத' என்றபடி கடவுள்கூடப் பதறி மறைந்திருக்கலாம். ஆனால் இதிலும் ஒரு சிக்கல் இருக்கிறது!

ஐன்ஸ்டைன் சொன்ன 'Nothing travels faster than light' கோட்பாட்டில் ஒரு சூட்சுமம் உள்ளது. இதில் 'நத்திங்' என்பது என்ன? எதுவுமே இல்லை. அதாவது வெற்றிடம். விண்வெளி என்பது வெற்றிடங்கள் நிறைந்ததுதானே. இதன் படி வெளியில் (Space) உள்ள வெற்றிடம் (Nothing) என்பது ஒளியின் வேகத்தை விடப் பயணிக்க வல்லது, விரிவடையக் கூடியது. பெருவெடிப்பு நிகழ்ந்தபோது இந்த அதி வேகத்தில்தான் அனைத்தும் இங்கு விரிந்திருக்கும். ஆக நாம் எத்தனை நெருங்கினாலும், சிருஷ்டி சிக்காமல் சிட்டாகப் பறந்து விடக் காரணம், ஒளியைவிட அபரிமித வேகத்தில் அது விரிந்து கொண்டிருக்கலாம்.

அமெரிக்கா இத்தனைப் பிரயத்தனப்பட்டு மில்லியன் டாலர்கள் செலவு செய்து 1990ல் செலுத்திய இந்த ஹபிள் முதல் சில வருடங் களுக்குச் செயல்படவில்லை. செயல்படவில்லை என்றால் அது அனுப்பும் புகைப்படங்கள் கல்யாணத்தில் நம் போட்டோகிராபர் நண்பன் எடுப்பானே அதுபோல புகைமூட்டமாகக் கலங்கி இருந்தது. அத்தனைப் பணமும் வீண்! எத்தனை பீட்ஸாக்கள் வாங்கி இருக்கலாம் என விமர்சனங்கள் குவிந்தன.

மறுபடியும் ஒரு மூன்று வருட உழைப்பில் புதிய லென்சுகளை உருவாக்கித் தனது விண்வெளி நிலையத்தின் உதவியால் ஹபிளை வாகாகப் பிடித்து, அதில் இறங்கி அதன் கண்களை மாற்றினார்கள். கண் முகாம் போய்வந்த தாத்தாபோல, பிரபஞ்சத்தைப் பார்த்து 'எம்.ஜி.ஆர் மாதிரி தகதகன்னு மின்றீங்க!' என்றது ஹபிள். 29 வருடங்களாகச் செயல்பாட்டில் இருப்பினும், பில்லியன் ஒளி வருடங்கள் தொலைவில் உள்ள நட்சத்திரத்தைக்கூட அதி துல்லியமாக புகைப்படம் எடுத்துத் தருகிறது. இதெல்லாம் எதற்காகத் தெரிந்துகொள்ளவேண்டும் என்றால் இதேபோல ஒரு தொலைநோக்கியை நாமும் விண்ணில் நிறுவியிருக்கிறோம். பெயர் ஆஸ்ட்ரோசாட் (Astrosat). நிறுவியது நம் PSLV ஏவுகலம்.

பாகிஸ்தான் ஒரு சம்பவம் செய்தது. நாசாவின் ஹபிள் தொலை நோக்கியை அனுப்பியயதே நாங்கதான் என உளறி வைக்க, மிரண்டு போனது அமெரிக்கா. பொய் சொல்வதானாலும் ஒரு நியாயம் தர்மம் வேண்டாமா எனக் கதறி அழுதது நாசா. இணைய உலகம் பாகிஸ்தானை இழுத்துப்போட்டு சாத்தியது. பாகிஸ்தானின் விண்வெளி ஆராய்ச்சிகள் என்னதான் ஆனது? நாம் தும்பாவில் சிறிய வகை சோதனை ராக்கெட் விடும் பத்து மாதங்களுக்கு முன்பே 1961ல் ராக்கெட் விட்டவர்கள் அவர்கள். அமெரிக்காவின் ஆயுட்கால அடிமை வேறு. பிறகு என்ன சிக்கல்? பாகிஸ்தான் என்பது வெறுப்பில் பிரிந்து வெறுப்பில் வளர்ந்த தேசம். மதத்தின் பெயரால் குழம்பிப் போன ஒரு சமூகம். ஆயுதங்கள் வாங்கினார்களே தவிர அறிவியல் வளர்க்கவில்லை. அறிவும் சேர்த்தே! அதன் அரசுகள் இதை அனுமதிக்கவில்லை.

பாகிஸ்தானின் விண்வெளி ஆராய்ச்சி மையம் SUPARCO ஆரம்பிக்கப்பட்டு 58 வருடங்களில் நான்கு செயற்கைக்கோள்களை ஏவியிருக்கிறார்கள். இதில் இரண்டு இந்தியாவை உளவு பார்ப்பதற்கு! பிறகு எப்படி முன்னேறும்? பாகிஸ்தானின் SUPARCO மையமே சீனாவுடன் இணைந்து உருவாக்கப்பட்ட இருதரப்பு ஆராய்ச்சி நிறுவனம். இந்த நான்கு செயற்கைக்கோள்களைக்

கட்டமைத்து, விண்ணில் ஏவித் தந்தது சீனா என்பதை தனியாகக் குறிப்பிடத் தேவையில்லை என நினைக்கிறேன். ஆனால் இந்தியா, தெற்காசிய நாடுகளின் (SAARC) தகவல் தொடர்பிற்காக தனது சொந்தச் செலவில் G-SAT9 செயற்கைக்கோளை ஏவியது. 'தெற்காசிய நாடுகளுக்கு இது இந்தியாவின் பரிசு' என அறிவித்தார் பிரதமர் திரு. நரேந்திர மோடி. 'எங்களுக்கு வேண்டாம்' என வழக்கம்போல விலகிக்கொண்டது பாகிஸ்தான்.

ஒரு தேசம் தலைவர்களால் கட்டமைக்கப்படுவதற்கும், மதவாதிகளால் கட்டப்படுவதற்கும் உள்ள வேறுபாடு இதுதான். இந்தியாவின் பன்முகத்தன்மையும், மதநல்லிணக்கமும்தான் இந்தியாவின் பெருமையே. இதுபோன்ற ஒரு சிறப்பு உலகின் வேறெந்த நாடுகளுக்கும் இல்லை. இதைத்தான் பாரதிய ஜனதா கட்சியின் முதல் தலைவரும், முன்னாள் பாரதப் பிரதமருமான அடல் பிஹாரி வாஜ்பாய் இப்படிச் சொன்னார், 'மதச்சார்பின்மை இல்லாத இந்தியா இந்தியாவே இல்லை'.

சரி, விண்வெளியில் பில்லியன் மைல்களுக்கு அப்பால் பயணிக்கிறோம். புகைப்படங்கள் கிளிக்குகிறோம். செயற்கைக் கோள்கொண்டு தொலைக்காட்சியும் பார்க்கிறோம், உளவும் பார்க்கிறோம். இந்தத் தகவல்கள் ரேடியோ அலைகள் வழியாக நம்மை வந்தடைகின்றன. மின்காந்த அலைகளில் ரேடியோ அலைகள் நீண்ட அலைநீளம் கொண்டவை. 3 khz குறை அதிர்வெண்களில் இருந்து 300 Ghz அதிர்வெண் வரை தகவல்களைச் சுமந்து செல்ல வல்லவை. இந்த அலைகளை பிரமாண்ட ஆன்டெனா சட்டியில் கிரகித்துப் பிரித்தால் தகவல் ரெடி.

நாசாவில் 'Deep Space Network' என்று ஒரு தொழில்நுட்பம் உள்ளது. பூமியை மூன்றாகப் பகுத்து ஆஸ்திரேலியா, ஸ்பெயின், கலிபோர்னியா என மூன்று 180° மூலைகளிலும் சுமார் 230 அடி விட்டத்தில் பிரம்மாண்ட ஆன்டெனாக்களை நிறுவினார்கள். எல்.ஐ.சி கட்டிடத்தின் உயரம் 177 அடி, அதைப் படுத்த வாக்கில் கிடத்தி ஒரு வட்டம் போட்டால் என்ன வருமோ, அதைவிடப் பெரியது.

இந்த மூன்று ஆன்டெனாக்களும் உலகம் மொத்தமும் கவனிக்கப் போதுமானவை. விண்வெளியில் இருந்து பூமியை நோக்கி வரும் எந்த சமிக்ஞைகளும் இதில் தப்பாது. சூரியக்குடும்ப எல்லை கடந்து இன்டெர்ஸ்டெல்லார் இடைவெளியில் பயணிக்கும் வாயேஜர் அனுப்பும் மிகமிகப் பலவீனமான ரேடியோ அலைகளைக்கூட இது

ஈர்த்துப் பிடிக்கிறது. விண்வெளித் தகவல் தொடர்பில் ரேடியோ அலைகளின் அடுத்த நிலை, லேசர் கற்றைத் தொழில்நுட்பம்.

நாசாவின் ஆழ் விண்வெளித் தொடர்பிற்கு இணையாக இஸ்ரோவிடமும் ஒரு தொழில் நுட்பம் உள்ளது. IDSN - Indian Deep Space Network. பெங்களூரில் இருந்து 25 கி.மீ தொலைவில் 'பயலாலு' கிராமத்தில் அமைந்துள்ளது. 104 அடி, 59 அடி, 36 அடி விட்டம் கொண்ட மூன்று ஆன்டெனாக்கள் நமது செயற்கைக் கோள்களுடன் 24 மணி நேரத் தொடர்பில் இருக்கும். 2008-ல் சந்திரயான் வெற்றியின் பெரும் பங்கு IDSN துல்லியத்தையே சாரும். இஸ்ரோவில் ஒரு முக்கியத் துறை, ISTRAC- ISRO Telemetry, Tracking and Command Network. ஏவுகலம் விண்வெளியில் நுழைந்த விநாடி முதல், அதன் வேகம், விசை, இயக்கம், பயணத் திசை, எரிபொருள் நிலை, சுற்றுவட்டப்பாதைத் தாவல் என அனைத்தும் இத்துறையின் கட்டுப்பாட்டில் வருகிறது.

செயற்கைக்கோள் சுற்றுவட்டப்பாதையில் பயணிக்கும்போது, அதைக் கண்காணிக்க இந்தியாவில் 6 இடங்களிலும், அண்டார்டிகா உட்பட உலகின் பிற பகுதிகளில் 9 இடங்களிலும் கண்காணிப்பு நிலையம் உள்ளது. IDSN, ISTRAC ஆகியவற்றின் ஒருங்கிணைந்த கட்டுப்பாட்டு அறை இஸ்ரோ தலைமையகம் பெங்களூரில் உள்ளது.

1975 ஆர்ய பட்டாவில் துவங்கி சந்திரயான் இரண்டுவரை 116 இந்தியச் செயற்கைக்கோள்கள் விண்வெளியில் ஏவப்பட்டன. இதில் தற்போது செயல்பாட்டில் இருப்பது 42. தகவல் தொடர்பிற்கு 15, வானிலை ஆய்விற்கு 4, பூமி ஆய்விற்கு 14, ஜி.பி.எஸ் தொழில்நுட்பத்திற்கு 7, விண்வெளி குறித்த ஆய்விற்கு 2. இவைகளில் ரிமோட் சென்சிங் எனப்படும் நிலப்பரப்பைக் கண்காணித்துத் தகவல்களை வழங்கும் செயற்கைக்கோள் மட்டும் ஆண்டுக்கு 25 கோடி வருவாய் ஈட்டுகிறது. கடந்த மூன்று வருடங்களில் மற்ற நாடுகளின் செயற்கைக்கோள்களை ஏவித் தந்ததில் இஸ்ரோ ஈட்டிய லாபம் 5,600 கோடி.

இதுவரை மனிதகுலம் விண்ணிற்கு அனுப்பிய செயற்கைக் கோள்கள் 5,000 இருக்கலாம். அதில் தற்போது செயல்பாட்டில் இருப்பது 1900. மீதி அனைத்துமே விண்வெளிக் குப்பைகள்தான். இந்தக் குப்பைகளைக் கண்காணிக்கவே 13 நாடுகள் இணைந்த ஒரு விண் குப்பை வாரியம் இருக்கிறது. அதன் பெயர் IADC (Inter-Agency Space Debris Coordination Committee). ஒரு சிறிய நட்டு

அளவில் இருந்து கைவிடப்பட்ட செயற்கைக்கோள்கள்வரை அதன் பயணப் பாதையை, வேகத்தை இவர்கள் தொடர்ந்து கண்காணிப்பார்கள். ஒரு தோட்டாவின் வேகத்தைவிட ஆயிரம் மடங்கு வேகத்தில் பயணிக்கும் அபாய வஸ்துகள் இவை. ஒரு விண்வெளி வீரர் கை தவறிவிட்ட ஒரு சிறிய திருகாணி வரும் வேகத்தில் விண்வெளி நிலையத்தைக் கூட துளைத்து விடும். ஆக எதிரில் வருவது யாராக இருந்தாலும், ஈகோ பார்க்காமல் பாதையில் இருந்து விலகியே ஆகவேண்டும்.

ASAT என ஓர் ஆயுதம் இருக்கிறது. விண்வெளி ஏவுகணை. அனுப்பினால் செயற்கைக்கோளை சுக்கு நூறாக்கிவிடும். விண்வெளிப் போட்டி காலத்தில் அமெரிக்காவும், சோவியத்தும் பூமியில் அடித்துக் கொண்டது போதாமல், விண்வெளியிலும் ASAT கொண்டு மிதந்த வாக்கில் மிரட்டினார்கள். இந்தியா சந்திரயான் மும்முரத்தில் இருக்கும்போது, சீனா இதுபோன்ற விண்வெளி ஏவுகணை கொண்டு தங்களது சொந்த செயற்கைக்கோள் ஒன்றை வீழ்த்தி கண்சிமிட்டியது. ஆனால் இவர்கள் யாரும் எதிர்பாரா வண்ணம் ASAT விண்வெளி ஏவுகணை கொண்டு தனது செயற்கைக்கோள் ஒன்றை தற்போது வீழ்த்தியது இந்தியா. இத்திட்டத்தின் பெயர் 'ஷக்தி'. இந்த ஆயுதம் கைவசமிருக்கும் நான்காவது நாடு, இந்தியாதான். விண்வெளியில் குப்பை போடுகிறோம் எனக் கோபித்துக்கொண்டது நாசா.

இத்தனை பிரயத்தனப்பட்டு, பெரும் பொருட்செலவில், தொடர் முயற்சிகள் செய்து விண்வெளியில் மனிதன் எதைத்தான் தேடுகிறான்? ஒரு கிராம் கனிமம் ஒரு பில்லியன் டாலர் விலை வரும் 'பிலாடினமா? ரோடியமா? பல்லாடியமா? இல்லை, உயிர் ஆதாரம் கார்பனா? அறிவியல் எதைக் கண்டடைய இத்தனை தவம் கிடக்கிறது. அப்படி எதைத்தான் மறைத்து வைத்திருக்கிறது பிரபஞ்சம்?

13

வையத் தலைமை கொள்!

1976ல் சீனத் தலைவர் மா சேதுங்கின் மறைவிற்குப் பிறகு சீனாவின் பொருளாதாரம் கடுமையாகப் பாதிக்கப்பட்டது. விண்வெளி ஆய்வுகளில் பின் தங்கியிருந்த சீனா 1993ல் தனது CNSA ஆய்வு மையத்தை பெய்ஜிங்கில் நிறுவியது. 2003ம் வருடத்தில் தனது வீரர்களை விண்வெளிக்கு அனுப்பியது சீனா. இதன் மூலம் விண்வெளிக்கு மனிதர்களை அனுப்பிய மூன்றாவது நாடாக வரலாற்றில் இடம் பிடித்தது. அந்த வருடம், சுதந்திர தின உரையாற்றிய நம் பாரதப் பிரதமர் வாஜ்பாய் இந்தியா நிலவிற்குச் செல்ல இருக்கிறது என அரங்கம் அதிர அறிவித்தார். துவங்கியது சந்திரயான் திட்டம். 1, 2, 3 என மூன்று திட்டங்களாக இதைச் செயல்படுத்துவது எனத் தீர்மானிக்கப்பட்டது.

இதன் பிறகு, சீனாவும் நிலவிற்கு ஆய்வுக்கோளை அனுப்பு வதற்கான பணிகளை உடனடியாகத் துவக்கியது. அதுவரை உலகின் நான்கு தேசங்கள் மட்டுமே நிலவின் சுற்றுவட்டப் பாதையில் ஆய்வுக்கோள்களை நிலைநிறுத்தியிருந்தது. இதில் மூன்று நாடுகள் மட்டுமே நிலவின் தரைப்பரப்பை அடைந்திருந்தன. அதில் அமெரிக்கா மட்டுமே நிலவிற்கு மனிதர்களை அனுப்பிய ஒரே நாடு. அக்டோபர் 2007 சீனாவின் Chang'e-1 ஆய்வுக்கோள் நிலவின் சுற்று வட்டப்பாதையில் நிலைநிறுத்தப்பட்டது. இதன் மூலம் நிலவின் சுற்றுவட்டப்

பாதையை அடைந்த ஐந்தாவது நாடு எனப் பெருமை பெற்றது சீனா.

ஆய்வுக்கோளை ஏவுவது மட்டுமின்றி, இந்தியா நிலவு குறித்த மற்றொரு திட்டமும் வைத்திருந்தது. சுற்றுவட்டப் பாதையில் ஆர்பிட்டர் ஆய்வுக்கோளைச் செலுத்துவதால் நிலவைக் கண்காணிக்க மட்டுமே முடியும். ஏற்கெனவே நான்கு நாடுகளின் ஆய்வுக்கலங்கள் இத்தகவல்களை அனுப்பிய வண்ணம் உள்ளது. ஆக புதிய கண்டுபிடிப்புகளை நிகழ்த்தும் வண்ணம் நிலவில் தரை மோதுவது. இதன் மூலம் வெளியாகும் துகள்கள், கனிமங்களை சுற்றுவட்டப் பாதையின் ஆய்வுக்கலத்தில் இருந்து ஆராய்வது என முடிவானது. இந்த அதிரடித் திட்டத்திற்கு பின்னணியில் இருந்தவர் அப்துல் கலாம், இதை முன்னின்று செயல்படுத்தியவர் திட்ட இயக்குனர் மயில்சாமி அண்ணாதுரை.

இதன்படி சந்திரயான்-1 ஆய்வுக்கோளுடன் MIP (Moon Impact Probe) எனும் நிலவின் தரைப்பரப்பில் மோதி விழும் சதுர வடிவப் பெட்டகம் ஒன்றும் உருவாக்கப்பட்டது. 35 கிலோ எடையில் உருவான இதில் வீடியோ இமேஜிங் கருவி, ரேடார் அல்ட்டிமீட்டர், மற்றும் மாஸ் ஸ்பெக்ட்ரோமீட்டர் கருவிகள் பொருத்தப்பட்டன. பெட்டியின் அனைத்துப் பக்கங்களிலும் இந்தியக்கொடியின் முத்திரை பதிக்கப்பட்டிருந்தது. சந்திரயான்-1 ஆய்வுக்கோள், MIP பெட்டி, மற்றும் ஐந்து நாடுகளின் 11 அறிவியல் உபகரணங் களையும் சுமந்துகொண்டு ஸ்ரீஹரிக்கோட்டா ஏவுதளத்தில் இருந்து அக்டோபர் 22, 2008, இரவு 00:52 மணிக்கு PSLV-XL ஏவுகலம் விண்ணில் பாய்ந்தது. நிலவுக்குச் செல்லும் இந்தியக் கனா முதல்முறை நிஜமான தருணமது. இதுவரை புவியின் சுற்றுவட்டப் பாதையை எல்லையாகக் கொண்டிருந்த இந்திய அறிவியல், சந்திரயான் பயணத்தைத் துவங்கியதே அங்கிருந்துதான்.

திட்டம் இரண்டு கட்டங்களாக நிறைவேறும். சந்திரன் பூமியைச் சுற்றி வந்து கொண்டிருக்கும் 3,80,000 கி.மீ தொலைவை 5 கட்ட சுற்று வட்டப்பாதை பாய்ச்சல், மூலம் அடைவது. (Orbit-raising maneuver, சென்ற அத்தியாயத்தில் பூங்காவை அடைந்தோமே.) சரியாக ஐந்தாவது பாய்ச்சலின்போது சந்திரனின் ஈர்ப்புப்பாதையில் ஆய்வுக்கோளைச் செருகிவிடவேண்டும். அடுத்து சந்திரனின் ஈர்ப்பு விசை சுற்றுவட்டப் பாதையிலிருந்து நான்கு கட்டமாக வேகம் குறைத்து, கீழ் நோக்கிப் பயணித்து நிலவின் தரைப்பரப்பை அடைவது.

சந்திரயான்-1 ஏவப்பட்ட தினம்: 22 அக்டோபர் 2008.

முதல் பாய்ச்சல்: 23 அக்டோபர். 22860 கி.மீ சுற்றுப்பாதையில் இருந்து 18 நிமிட எரிபொருள் எரிப்பில், 37,900 கி.மீ அடைந்தது. இந்தத் தொலைவில் பூமியை ஒருமுறை வலம் வர 11 மணி நேரம் பிடிக்கிறது.

இரண்டாவது பாய்ச்சல்: 25 அக்டோபர். 37,900 கி.மீ தொலைவில் இருந்து 74,715 கி.மீ அடைகிறது. 16 நிமிட எரிபொருள் எரிப்பு. பூமியை வலம் வர 25 மணிநேரம் எடுத்துக்கொள்கிறது. ஓர் இந்திய ஆய்வுக்கோள் இந்தத் தொலைவை அடைவது இதுவே முதல்முறை.

மூன்றாவது பாய்ச்சல்: 26 அக்டோபர். 9 நிமிட எரிப்பு, 74,715 கி.மீ தொலைவில் இருந்து 1,64,600 கி.மீ அடைகிறது. பூமியை வலம் வர 73 மணிநேரம்.

நான்காவது பாய்ச்சல்: 29 அக்டோபர். 3 நிமிடங்கள். 1,64,600 கி.மீ தொலைவில் இருந்து 2,67,000 கி.மீ, மூன்று நிமிட எரிப்பில் எப்படி ஒரு லட்சம் கி.மீ பாய்ச்சல் சாத்தியம்? காரணம், சுற்றுவட்டப் பாதைப் பயண வேகம்.

ஐந்தாவது மற்றும் இறுதிக்கட்டப் பாய்ச்சல்: மிக முக்கியமான தருணம். சந்திரன் பூமியை 3,600 கி.மீ வேகத்தில் சுற்றி வந்து கொண்டிருக்கும்போது நாம் நான்காவது சுற்றுப்பாதையில் இருந்து உந்தவேண்டும். ஒருபுறம் இருந்து வீசப்படும் பந்தை, பூமராங் வீசி அடிப்பதைப் போல, அதி துல்லியம் வேண்டும். விட்டோமெனில் ஆரம்ப கால சோவியத் ராக்கெட்டுகள்போல இலக்கற்றுப் போய்க் கொண்டே இருக்க வேண்டியதுதான். 3 நவம்பர் 2008, வெறும் 2 நிமிட எரிப்பில் 2,67,000 கி.மீ தொலைவில் இருந்து விசிறப்பட்டு 3,80,000 கி.மீ அடைந்து சந்திரனின் ஈர்ப்பு விசைக்குள் நுழைந்துகொள்கிறோம்.

அடுத்து சந்திர சுற்றுவட்டப் பாதையிலிருந்து தரைப் பரப்பை நோக்கிய பயணம். நான்கு கட்டங்களாக உயரத்தைக் குறைத்து நிலப் பரப்பிற்கு மேலே 100 கி.மீ தொலைவை அடைந்தது

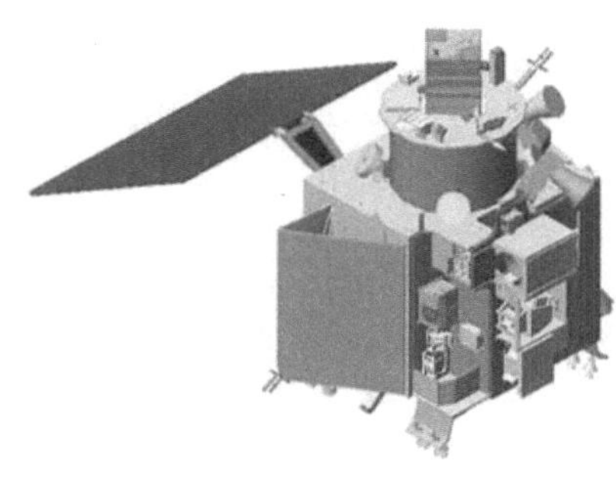

சந்திரயான்-1

சந்திரயான். இந்த உயரத்தில் சந்திரனை ஒருமுறை சுற்றிவர 2 மணி நேரம் பிடிக்கிறது. நிலவின் தரைப்பரப்பின் புகைப்படங்கள் பூமியை வந்தடைகின்றன. அடுத்து 48 மணி நேரம் கடந்ததும் MIP பெட்டியைத் தரையில் வீசத் தயாராகிறது சந்திரயான். அதனுள் பொருத்தப்பட்டுள்ள மூன்று கருவிகளும் உயிர்ப்பிக்கப்படுகின்றன.

திட்டம் இதுதான். 100 கிமீ உயரத்தில் இருந்து விடுக்கப்பட்டால் தரைப்பரப்பை அடைய 30 நிமிடங்கள் பிடிக்கும். நிலவின் தரையில் மோதும் இறுதி விநாடிவரை புகைப்படங்கள் எடுக்க வேண்டும். விழும் வேகத்தை வைத்து ஈர்ப்பு விசையைக் கணக்கிட வேண்டும். எதிர்காலத் திட்டங்களுக்கு இது உபயோகமாகும். மேலும் மோதும் இடம் ஏதாவது ஒரு கண்டுபிடிப்பை வெளிக்கொணர வேண்டும்.

நிலவின் பரப்பில் 'கிரேட்டர்' எனப்படும் பெரும் பள்ளங்கள் அதிகம். இந்தப் பள்ளங்களில் சூரிய ஒளி நுழையாமல் பில்லியன் வருட பனிப்பாறைகள் இருக்கின்றன. MIP கொண்டு இதை மோதி உடைப்பதுதான் திட்டம். அதற்கான ஒரு பள்ளத்தைத் தேர்ந்தெடுக்கவே 48 மணிநேரமாக வலம் வந்துகொண்டிருந்தது சந்திரயான் ஆய்வுக்கோள். ஒரு பெரும் பள்ளத்தின்மீது மிகச் சரியாக விடுக்கப்பட்டது MIP. 4000 கி.மீ வேகத்தில் அது பள்ளத்தில் மோதிப் பனிப்பாறையை உடைக்கும் இறுதி விநாடிவரை புகைப்படங்கள் எடுத்தது.

உடைந்த பனிப்பாறையை மேலிருந்து ஆய்வு செய்து நிலவில் தண்ணீர் இருக்கிறது என ஆதாரப்பூர்வமாக உலகிற்கு அறிவித்தது இஸ்ரோ. அனைத்து விண்வெளி மையங்களும், நாடுகளும் இந்தச் சாதனையைப் பாராட்டின. ஆனந்தக் கண்ணீரில் நனைந்திருந்தது இஸ்ரோ. எத்தனை நாள் உழைப்பு, துல்லியம், கோட்பாடு, சமன்பாடு என அனைத்தையும் சரியாக நிகழ்த்தி, இலக்கைச் சொல்லி அடித்தது இஸ்ரோ.

இந்தச் சாதனை மூலம், நிலாவின் தரைப்பரப்பை அடைந்த நான்காவது நாடு என்ற பெருமையை இந்தியா பெற்றது. இந்த வரலாறு நிகழ்ந்த நாள் எது தெரியுமா? நவம்பர் 14. தன் வாழ்நாள் முழுவதிலும் தேசத்தை உயர்த்திப் பிடித்த ஒரு பெரும் தலைவனின் பிறந்த நாளில், இந்தியா ராஜ கம்பீரமாக நிலவில் தடம் பதித்திருந்தது. இதற்காகவே இஸ்ரோவிற்கு சிறப்பு நன்றிகள் கூறவேண்டும். வழக்கம்போல பாகிஸ்தான் சந்திரயான் வெற்றியையும் கேலி செய்ய, இணையத்தில் பதில்களால் பளார் தந்தார்கள் இந்தியர்கள், அதில் ஒன்று இது!

'நண்பா! உங்கள் கொடியில் நிலவு இருக்கலாம்.
ஆனால் நிலவில் இருக்கிறது எங்கள் இந்தியக் கொடி'.

பூமியிலிருந்து சொற்பம் 96 நிமிட எரிபொருளில் இப்படி ஓர் அசுரப் பாய்ச்சலை சாத்தியமாக்கியிருந்தது இஸ்ரோ. நிலவை 3,400 முறை வலம் வந்து ஒரு நாளைக்கு 535 புகைப்படங்கள் வீதம் 70,000 உயர் துல்லியப் புகைப்படங்களை அனுப்பியது சந்திரயான். இதில் 1969ல் நிலவில் தரையிறங்கிய அமெரிக்காவின் அப்போலோ விண்கலத் தடம் உட்பட அனைத்தும் துல்லியமாகத் தெரிந்தது. அகமகிழ்ந்து போனது நாசா.

மேலும் ஹைட்ராக்ஸில், ஹீலியம்-3 எனக் கனிமங்கள் வேதிக் கூட்டுப் பொருள்கள் அடங்கிய புதிய பாறைகளை ஆய்ந்து அனுப்பியது சந்திரயான். வெறும் சுற்றுவட்டப் பாதையில் ஆய்வுக்கோளை விடுக்க சீனா செலவு செய்த தொகை இந்திய மதிப்பில் 1025 கோடி. சந்திரனில் கால் வைக்க அமெரிக்கா செலவு செய்த தொகை எவ்வளவு தெரியுமா? 1969களின் மதிப்பில் 2.4 பில்லியன் அமெரிக்க டாலர்கள். இதன் இன்றைய மதிப்பு 23.4 பில்லியன் அமெரிக்க டாலர்கள். இந்திய மதிப்பில் கேட்காதீர்கள், கணக்கிடவே இரண்டு நாள் விடுமுறை தேவைப்படும். நமது சந்திரயான்-1 திட்டத்தின் பட்ஜெட் எவ்வளவு தெரியுமா? 386 கோடி. வியந்து போனது நாசா. இஸ்ரோவைக் கட்டி அணைத்துக் கொண்டது. இணைந்து பணியாற்ற உடனடி ஒப்பந்தங்கள் கையெழுத்தானது.

இதற்குக் காரணம் இல்லாமல் இல்லை. விண்வெளித் தொழில் நுட்பத்தில் தனியார் நிறுவனங்களும் போட்டி போடுகின்றன. தனியார் நிறுவனங்களா? அவர்களிடம் எப்படி இவ்வளவு தொகை சாத்தியம் எனக் கேட்காதீர்கள்! ஆப்பிள் நிறுவனம் கையிருப்பில் வைத்துள்ள பணம் எவ்வளவு தெரியுமா? 285 பில்லியன் டாலர்கள். இஸ்ரோவின் ஒரு வருட பட்ஜெட், 1.7 பில்லியன் டாலர்கள். ஓர் அரசாங்கத்தை இயக்குவதில் தனியார் நிறுவன முதலாளிகளின் பங்கு, இந்தியர்கள் நாம் நன்கு அறிந்ததே! அமெரிக்காவும் இதில் விதி விலக்கல்ல. ஆப்பிள் நினைத்தால் 167 வருடங்களுக்கான இஸ்ரோ பட்ஜெட்டை இப்போதே தர முடியும்.

ஒரு லட்சத்திற்குப் போன் விற்கும் ஆப்பிளே இப்படியென்றால் ஒரு ரூபாய்க்கு அரிசி, பருப்பு, சர்க்கரை, பென் ட்ரைவ் தரும் இணைய வர்த்தகன் அமேசானை நினைத்துப் பாருங்கள்! வீதியில் இருந்த வியாபாரம் இப்பொழுது விண்வெளியிலும் நிகழ்கிறது. 'மூன்'

எனக்கு என அமேசான் முதலாளி ஜெஃப் பெசோஸ் நிற்க, 'மார்ஸ்' எனக்கு என்று SPACEX முதலாளி எலான் மஸ்க் முறைக்க, ரெண்டு பேரும் நவுருங்க 'டீப் ஸ்பேஸ்' எனும் ஆழ் விண்வெளி அத்தனையும் எனக்கு என்கிறது லாக்ஹீட் மார்ட்டின் கார்பரேஷன் (Lockheed Martin Corporation).

விண்வெளி ஆய்வில் ஈடுபட்டிருக்கும் தனியார் நிறுவனங் களுக்கென போட்டி ஒன்றை அறிவித்தது கூகுள் நிறுவனம். நிலவில் தரையிறங்கும் முதல் தனியார் நிறுவனத்திற்கு 30 மில்லியன் டாலர்கள் பரிசு என 2007ல் அறிவித்தது. ஓர் ஆய்வுக்கலம் நிலவில் தரையிறங்க வேண்டும். அதில் இருந்து குட்டி ரோவர் வாகனம் வெளியேறி 500 மீட்டர் பயணிக்கவேண்டும். புகைப்படங்கள் எடுத்து பூமிக்கு அனுப்பவேண்டும். இதுதான் போட்டி விதி! பில்லியனர் பாண்டிகள் இதில் ஒதுங்கிக்கொண்டாலும், 2018 வரை ஐந்து நிறுவனங்கள் இதைத் தொடர்ந்து முயன்றன. இதில் இரண்டு நிறுவனங்கள் இந்தியாவைச் சேர்ந்தது.

விண்வெளி வியாபாரத்திற்குக் கடை விரித்துள்ள தனியார் நிறுவனங்களின் முதன்மை இலக்கு, நாசா. காரணம்! அவர்கள் பட்ஜெட். தங்கள் வீர, தீரக் கண்டுபிடிப்புகளைக் காட்டி நாசாவுடன் இணைந்து பணியாற்றும் ஒப்பந்தத்தைப் பெற இவர்கள் செய்யும் கோமாளி வேலைகள், அடிதடி சண்டைகள், கொஞ்ச நஞ்சமல்ல!

மீண்டும் உபயோகிக்கக்கூடிய ஏவுகலத் தொழில்நுட்பம் கைவரப் பெற்றதில் SPACEXதான் ராஜா. இவர்களது FALCON ஏவுகலம் செயற்கைக்கோளை விடுத்துவிட்டு சமர்த்தாக திரும்பிவந்து ஏவுதளத்தில் அமர்ந்துகொள்ளும். அதுவும் செங்குத்தான நிலையில். இந்தத் தொழில்நுட்பம் கற்றுத் தேற, நாசா செலவு செய்த தொகை 196 பில்லியன் டாலர்கள். இருந்தும் கை கூடவில்லை. நாசாவின் 14 விண்வெளி வீரர்கள் சோதனைகளில் இறந்து போனார்கள். இப்போது SPACEX நாசாவிடம் 2 பில்லியனுக்கு ஒப்பந்த ரீதியில் பணியாற்றுகிறது. 'நாலு கடை பாருங்க, அப்புறம் இங்க வாங்க' சகிதம் பேசுகிறார் முதலாளி எலான் மஸ்க். STARSHIP ஏவுகலம் மூலம் செவ்வாய்க்கோளில் மக்களைக் குடியேற வைப்பது இவரின் இலக்கு. உலகின் கவனத்தைப் பெறுவதற்காக, ஒரு காரைக் கொண்டுபோய் புவி சுற்றுவட்டப் பாதையில் விட்டது அண்ணாரின் கோமாளி வேலைகளில் ஒன்று.

அடுத்து அமேசான் முதலாளி - ஜெஃப் பெசோஸ். 155 பில்லியன் டாலர் சொத்து. 'ப்ளூ ஆரிஜின்' விண்வெளி ஆய்வு நிறுவனம்

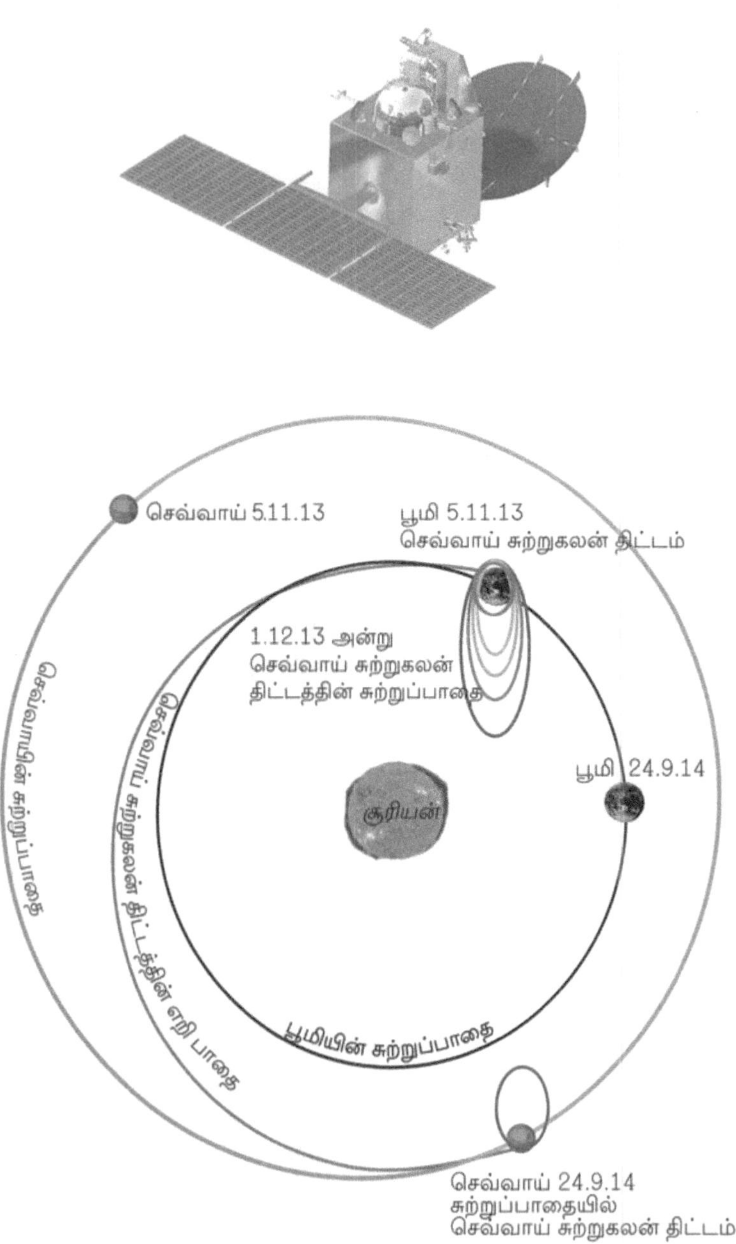

செவ்வாய் சுற்றுகலன் திட்டத்தின் பாதை

இவருடையது. எலான் மஸ்க்கிற்கு சரியான போட்டி இவர்தான். 2024ல் அமெரிக்க வீரர்களை நிலவிற்கு அழைத்துப்போவது நாசா இல்லை, இவரது BLUEMOON தரையிறங்கிதான். நாசாவின் சரித்திரப் புகழ் வாய்ந்த 39A ஏவுதள ஏலத்தைக் கைப்பற்ற இவர்கள் இருவருக்குள் நிகழ்ந்த சண்டை உலகறிந்ததே. இவர்கள் இருவரையும்விட லாக்ஹீட் மார்டின்தான் நாசாவின் முதன்மை ஒப்பந்ததாரர். ஆழ் விண்வெளிப் பயணங்களுக்கு இவர்களின் ஓராயன் விண்கலமே, நாசாவின் விருப்பம். 4.6 பில்லியன் டாலர்களில் இதற்கான ஒப்பந்தங்கள் கையெழுத்தாகியுள்ளது.

நாசாவின் வருடாந்திர பட்ஜெட்டில் சரி பாதி இந்தத் தனியார் நிறுவனங்களுக்குப் போகிறது. சரி, இத்தனை செலவு செய்து என்ன செய்கிறார்கள்? எடை குறைந்த கனிமங்கள், புதுவகை வேதித் தனிமங்கள் தேடுகிறார்கள். ஹீலியம்-3 வளிமம் என்பது ஒரு சக்திவாய்ந்த எரிபொருள். கதிர் வீச்சில்லா அணு உலைகளின் எதிர்காலம் இதுதான். பூமியில் இது மிகக் குறைந்த அளவில்தான் உள்ளது. ஆனால் சந்திரனின் தரைப்பரப்பில் சில அடிகள் குடைந்தாலே பெருமளவில் ஹீலியம்-3 கிடைக்கும் என உறுதி செய்துள்ளார்கள். 25 டன் ஹீலியம் என்பது ஓர் ஆய்வுக்கலம் கொள்ளும் அளவு. அது கொண்டு அமெரிக்காவின் ஒரு வருடத் தேவை மின்சாரத்தை உருவாக்க முடியும். இதைக் குடைந்து எடுப்பதுதான் இவர்களின் ரகசியத் திட்டம். நிலவில் தரையிறங்கிய நாடுகளுக்கு மட்டுமே இதற்கு உரிமை என அமெரிக்கா ஒருவேளை கூறலாம். அப்போது இந்தியா விடுபடக்கூடாது என்பதற்காகவும் நாம் நிலவில் தரை மோதி இறங்கினோம். அங்கு ஹீலியம்-3 வளிமத்தை உறுதி செய்ததில் இஸ்ரோவின் பங்கும் உள்ளது.

நாசா இஸ்ரோவைக் கொண்டாடுவதற்கு சந்திரயான் வெற்றி மட்டும் காரணமில்லை, உலகையே வியக்க வைத்த மங்கள்யான் திட்டம்தான் காரணம். பூமிக்கு அடுத்த கோள் செவ்வாய் என்றாலும் அதன் குறைந்தபட்சத் தொலைவு 54600000 கி.மீ (5.46 கோடி). சுற்றுப்பாதைக்கு அருகே வரும் காலத்தைக் கணக்கிட்டு பயணத்தைத் துவக்க வேண்டும். செலவு மட்டுமல்ல, பயணச் சிக்கல்கள் நிறைந்த விஷயமும்கூட. செவ்வாய்க்கோள் குறித்த ஆய்வுகளுக்காக மட்டும் பல பில்லியன் டாலர்களில் தனியார் நிறுவனங்களுடன் ஒப்பந்தம் செய்துள்ளது நாசா.

ஆனால் 2013-ம் ஆண்டு ஒரு சுபயோக சுப தினத்தில் மிக அமைதியாகத் தனது செவ்வாய்ப் பயணத்தை ஆரம்பித்தது

இஸ்ரோ. விண்வெளியில் 324 நாட்கள் சுற்றி, சுற்றுவட்டப் பாதை தாவல்கள் மூலம் 780 மில்லியன் கி.மீ பயணித்து செவ்வாய் சுற்று வட்டப்பாதையில் நுழைந்தது. இப்படியொரு திட்டத்தை இஸ்ரோ ஆரம்பித்ததையே அனைத்து நாடுகளும் கிட்டத்தட்ட மறந்தே இருப்பார்கள். ஆனால் இந்த 324 நாட்களும், ஒரு நாளின் 18 மணிநேரம் உழைத்தது இஸ்ரோ குழு. பல மில்லியன் தூரம் பயணித்து பதைபதைக்கும் கடைசி வினாடிகளில் செவ்வாய் சுற்றுப் பாதைக்குள் நுழைந்தது நமது MOM ஆய்வுக்கோள். செவ்வாய்க் கோளை ஒரு புகைப்படம் எடுத்து தரைக் கட்டுப்பாட்டு நிலையத்திற்கு அனுப்பியது. ஐந்து வருடங்கள் கடந்தும் இன்று வரை செயல்பாட்டில் உள்ளது MOM.

திட்டமிடல், குழு உழைப்பு, குறைந்த பொருட்செலவு, காத்திருந்து இலக்கை அடைதல் என அனைத்திற்கும் பாடமாக இஸ்ரோவின் செவ்வாய்க்கோள் திட்டமான MOM - Mars Orbiter Mission-ஐத்தான் உலக நாடுகள் பரிந்துரைக்கின்றன.

செவ்வாய்க்கோளின் சுற்றுவட்டப் பாதையில் நுழைந்த முதல் ஆசிய நாடும், தனது முதல் முயற்சியிலேயே வெற்றி கண்ட உலகின் முதல் நாடும், இந்தியாதான்! 'ஆசிய நாடுகளின் பெருமை இந்தியா' என சீனா மனதாரப் பாராட்டியது. செவ்வாய் சுற்றுவட்டப் பாதையில் அமெரிக்காவின் MAVEN ஆய்வுக்கோள் நுழைந்த இரண்டாவது நாளில் இந்தியாவின் MOM ஆய்வுக்கோள் நுழைந்தது. நாசா MAVEN திட்டத்திற்கு 5 வருடங்கள் உழைத்தது. இஸ்ரோ 15 மாத திட்டமிடுதலில் இதைச் சாத்தியப்படுத்தியது. நாசா MAVEN திட்டத்திற்குச் செலவு செய்த தொகை 671 மில்லியன் டாலர்கள். இந்திய மதிப்பில் 4809 கோடி. இஸ்ரோ MOM திட்டத்திற்கு செலவு செய்த தொகை, வெறும் 450 கோடி.

இது தெரிய வந்ததும், நாசா மற்றும் அதன் தனியார் ஒப்பந்ததாரர்கள் அனைவரும் அரண்டு போனார்கள். கனவில் கூட இது சாத்தியமில்லை என்றார்கள். காரணம்! 'The Martian' எனும் ஹாலிவுட் படத்தின் செலவு இதை விட 300 கோடி அதிகம். ஆனால் அதைவிடக் குறைவான செலவில் மார்ஸுக்கே நம் தேசத்தை அழைத்துச் சென்றது இஸ்ரோ.

மேலும் இந்நிறுவனங்களின் பிரத்யேகத் தொழில் நுட்பங்கள் அனைத்தும் இஸ்ரோ வசமும் உள்ளது - RLV (Reusable Launch Vehicle) எனும் மீண்டும் உபயோகிக்கும் கலம், விண்வெளியில் இருந்து மனிதர்களைப் பத்திரமாக மீண்டும் பூமியில் தரையிறக்கும்

CARE (Crew Module Atmospheric Re-entry Experiment) கலம். 2020-ல் சூரியனை ஆய்வு செய்யும் தொலைநோக்கி 'ஆதித்யா'வை சூரிய சுற்றுவட்டப் பாதையில் நிறுவ இருக்கிறோம். 2021ல் 'ககன்யான்' திட்டம் விண்வெளிக்கு இந்தியர்களை அழைத்துச் செல்லும்.

2023ல் வெள்ளிக்கோளை ஆராய இருக்கிறோம். 2025ல் நமக்கே நமக்கான சொந்த விண்வெளி நிலையம் அமைப்போம். ஹபிள் மற்றும் அதன் மேம்பட்ட தொழில்நுட்பம் 'வெப்' தொலை நோக்கிக்கு இணையாக, பிரபஞ்சத்தின் ஆரம்ப ஒளியை நோக்கும் வல்லமையில் நம் 'ஆஸ்ட்ரோசாட்-2' தயாராகி வருகிறது. அடுத்து மங்கள்யான்-2 மற்றும் ஜப்பானுடன் இணைந்த சந்திரன் பயணம், ஆழ் விண்வெளி ஆய்வுகள் என இஸ்ரோவிற்கு மிதக்கக் கூட நேரமில்லை.

இது அனைத்தையும் படித்த பிறகும் கூட சமூகத்திற்கு இதனால் என்ன நலன் என சிலர் பொருமக்கூடும். பில்லியன்களில் லாபம் பார்க்கும் பன்னாட்டுத் தொழில்நுட்ப நிறுவனங்களோ, வர்த்தக நிறுவனங்களோ, இணைய மின் வணிக நிறுவனங்களோ கூட இத்தனை விமர்சனங்களுக்கு ஆளாவதில்லை! ஆனால் இஸ்ரோ ஆளாகிறது, அவர்களுக்காக இந்த விபரம்.

நாசாவின் 2019ம் ஆண்டு பட்ஜெட் 21.5 பில்லியன் டாலர்கள். இந்திய மதிப்பில் 2 லட்சம் கோடி. அதன் பணியாளர்கள் எண்ணிக்கை 17,336.

இஸ்ரோவின் 2019 பட்ஜெட் 10,252 கோடி. பணியாளர்கள் எண்ணிக்கை 16,815.

நம் விஞ்ஞானிகள் ஊதியத்திற்காக உழைப்பவர்கள் இல்லை எனப் புரிந்திருக்கும் என நினைக்கிறேன். விண்வெளி வர்த்தகத்தின் மூலம் இஸ்ரோ பெற்றுத் தரும் வருவாய் அனைத்தும் அரசிற்கும், மக்களுக்குமே செல்கிறது. வருவாயைவிட மேலான மற்றொரு விஷயம் இருக்கிறது! மரியாதை.

மேலை நாடுகளில் வாழும் இந்தியர்கள் அதிகமாக எதிர்கொண்ட கேள்விகள் இவையாகத்தான் இருந்திருக்கும்! இந்தியாவில் ஏன் ஊழல் மலிந்திருக்கிறது? தொழில்நுட்பத்தில் ஏன் இத்தனை பின் தங்கியிருக்கிறது? கல்வி கற்கும் இந்தியர்கள் ஏன் அங்கு பணிபுரிவ தில்லை? வறுமை, அறியாமை, வன்புணர்வுக் கொலைகள் என

கேள்விகளுக்குப் பதில் சொல்ல இயலாமல் நகர்ந்திருப்பார்கள். உள்ளுக்குள் ஏதோ உடைந்து நொறுங்கும் தருணங்கள் அவை.

ஆனால் இஸ்ரோ அவர்கள் அத்தனை பேருக்கும் பதில் தந்திருக்கிறது. இந்தியர்கள் என்றால் யார் என உலகிற்கு எடுத்துச் சொல்லியிருக்கிறது. இப்போது கேள்விகள் மாறுகின்றன, மரியாதை கூடுகிறது. இஸ்ரோவின் கலங்கள் உயர உயர இந்தியர்களின் கைகள் உயர்கிறது. நமது கம்பீரம் கூடுகிறது. தேடிவந்து கை கொடுக்கிறார்கள். விழிகள் விரிய விஞ்ஞானம் பேசுகிறார்கள். பாட்டி மருத்துவத்தில் இருந்து யோகா, ஆழ்நிலைத் தியானம்வரை காணொளிகளில் தேடித் தேடிப் பார்க்கிறார்கள், பழகுகிறார்கள். வாவ் என வியக்கிறார்கள். அத்தனையும் பெற்றுத் தந்துவிட்டு அமைதியாக அடுத்த சாதனைக்குத் தயாராகிறது இஸ்ரோ. எப்பொழுதும்...

14

சந்திரயான் 2 – பிரபஞ்ச ரகசியம்

ஸ்ரீஹரிக்கோட்டா ஏவுதளச் சுற்றுவட்டாரத்தில் ஆயிரக்கணக்கான மக்கள் குழுமியிருந்தனர். நகரம் பரபரத்திருந்தது. கிராமத்து வாலிபர்கள் மரக்கிளைகளில் நின்றிருந்தார்கள், நகர இளைஞர்கள் தங்கள் பங்கிற்குக் கார்கள்மீது ஏறி நின்றார்கள். மொட்டை மாடிகளில் குடும்பஸ்தர்கள், தொலைக்காட்சி முன் வயதானவர்கள், டப் ஸ்மேஷ் ஆண்கள், டிக் டொக் பெண்கள் என அனைவரும் தேசம் போற்றினார்கள். அன்று மட்டும் விசேஷம்போல, தந்தைகளின் தோள்மீது அமர்ந்திருந்தார்கள் பிள்ளைகள், விரல்களை இறுகப் பற்றியிருந்தார்கள்.

ஐஸ் வண்டிச் சிறுவன் தன் தங்கையை முகப்பில் அமர்த்தி கைகளில் ஒரு பிளாஸ்டிக் கொடி கொடுத்தான். கசங்கிய நிலையில் ஒரு 5ம் வகுப்பு அறிவியல் புத்தகம் வண்டியின் அடிப்புறத்தில் இருந்தது.

உயர் ரகக் காரில் வந்து இறங்கிய ஒரு வெண்ணிற ஆடைக் குடும்பம், காரின் பானட்மீது ஏறி அமர்ந்திருந்தது. கார் கூரைக் கதவின் வழி வந்த மகன் 'மாம், கேன் வி கெட் ஐஸ்கிரீம்?' என்க 'நோ! இட்ஸ் சீப்' என்றாள் ஐபோன் மம்மி. பப்ஜி விளையாடியிருந்த ஓர் இளைஞன், பாதியில் வெளியேறித் தொலைக்காட்சியை உயிர்ப்பித்தான். செய்திகளை வாசிக்க ஆரம்பித்திருந்தார்கள்.

'இன்று பிற்பகல் 2:43 மணிக்கு சந்திரயான்-2 விண்கலம் விண்ணில் பாய இருக்கிறது. 48 நாட்கள் விண்ணில் பயணித்து நிலவின் தென் துருவப் பகுதியில் நுழையும் சந்திரயானில் இருந்து விக்ரம் லேண்டர் தரையிறங்கும். அதில் உள்ள பிரக்யான் வாகனம் நிலவில் தரைப்பரப் பில் பயணித்து ஆய்வுகள் செய்யும் எனத் தெரிய வந்துள்ளது. இது குறித்து ஸ்ரீஹரிக்கோட்டாவில் இருந்து நேரடித் தகவல்கள் தருவதற்காக செய்தியாளர் பிரபாகரன் நம்முடன் இணைந் திருக்கிறார். அவருடன் நாம் இப்பொழுது உரையாடுவோம்.

'வணக்கம் பிரபாகரன்.'

'வணக்கம் அனிதா! இங்க மக்கள் அவ்ளோ சந்தோஷமா இருக்காங்க. பள்ளி மாணவர்கள் சீருடைகளில் வந்து நின்று கொண்டிருக்கிறார்கள். அனைவரது முகத்திலும் அவ்வளவு நம்பிக்கை, பெருமை தெரியுது...'

'மகிழ்ச்சி பிரபாகரன், சந்திரயான்-2 திட்டம் குறித்து தகவல்கள் பகிர முடியுமா?'

'நிச்சயமா. விக்ரம் லேண்டர் என்பது விக்ரம் சாராபாய் அவர்கள் நினைவாக வைக்கப்பட்ட பெயர்... நிலவின் தென் துருவப்பகுதி என்பது மிக மிகக் கடினமான கிரேட்டர் குழிகளும், பனிப் பாறைகளும் நிறைந்த ஒரு பகுதி. இதுவரைக்கும் எந்த நாடுகளும் நுழையாத ஒரு பகுதியில்தான் இந்தியா இறங்கி ஆய்வு நடத்த இருக்கிறது. மேலும் ஆய்வுக்கலனில் இருந்து விக்ரம் லேண்டர் பிரிந்து, மென் தரையிறங்கும் கடைசி பதினைந்து நிமிடங்கள்தான் உச்சக்கட்ட பரபரப்பு. காரணம்! இதுவரைக்கும் மூன்று நாடுகள் மட்டுமே நிலவில் தரையிறங்கியுள்ளார்கள். ஆயினும் தென்துருவப் பகுதியில் தரையிறங்கப் போகும் முதல் நாடு, நமது இந்தியா.'

'நன்றி பிரபாகரன்', என விளம்பர இடைவேளைக்குத் தாவினார்கள்.

நிலாச்சோறு சாப்பிட்ட பாட்டி பேரனுக்குச் தொலைக்காட்சியில் சந்திரயானைக் காட்டி உணவூட்டினார், ம்ஹ்ம் என அப்பொழுதும் மறுத்தது குழந்தை. # சந்திரயான்2, # இது எங்கள் கனா, # சரித்திரம் படைக்கும் இஸ்ரோ, # மேல ஏறி வாரோம், ஹேஷ்டேக்குகள் உலகளவில் ட்ரெண்ட் அடித்தன.

10 நிமிடங்கள் என்றது T-கடிகாரத்தின் டிஜிட்டல் திரை. இறுதிக்கட்டச் சோதனைகள் அனைத்தும் சரி. எஞ்சின்கள் அனைத்தும் தயார் நிலை. கட்டுப்பாட்டு அறையின் பிரதான மைக்கை எடுத்தார் இஸ்ரோ தலைவர், கே.சிவன்.

'All departments ready for procedure. Initiating final Go or No Go.'

'Satellite Integration Status?'

'Fully Integrated Sir, Go', என்றாள் ஒரு பெண்.

'Payloads?'

'Go', என்றார் அடுத்து அமர்ந்திருந்தவர். விக்ரம் லேண்டரில் பச்சை ஒளிர்ந்தது.

'Engine Stage control?'

'Go.'

'கம்யூனிகேஷன்?'

'Go', என்றது ISTRAC.

'நேவிகேஷன்?'

பசிபிக் பெருங்கடலில் INS விக்ராந்த் போர்க்கப்பல், GSLVயின் பயணப் பாதையைக் கண்காணிக்கத் தயாராக இருந்தது.

'ப்ரொபல்ஷன் கன்ட்ரோல்?'

'தயார்' எனப் பொத்தானை அழுத்தினார் ஒருவர்.

10 அடி அகலமும், 82 அடி உயரமும் கொண்ட முதல் கட்ட சாலிட் சண்டிக் கருப்பு S-200 பூஸ்டர்கள் சீறிக் கிளம்பத் தயாராயின.

'GSLV Mark-3 ready for Launch, waiting for Command', என்றது ஏவுதளக் கட்டுப்பாட்டு அறை.

'மிஷன் கன்ட்ரோல், திஸ் ஈஸ் சிவன், வி ஆர் குட் டு கோ', என்றார் இஸ்ரோ தலைவர்.

Initialising Count down Sequence.

T- 15.

T- 14.

ஒரு வித அழுத்தம், கை நடுக்கம், நகம் கடிப்புகள் கட்டுப்பாட்டு அறையெங்கும் நிகழ்ந்தது.

T- 13.

T- 12.

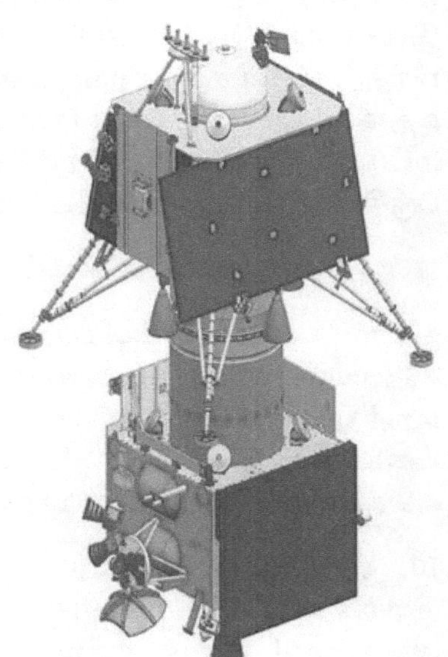

சந்திரயான்-2

GSLV வயிற்றிலிருந்து கிளம்புவதுபோல பட்டாம்பூச்சிகள் பறந்தது. கைகளில் ரோமங்கள் குத்திட்டு நின்றன.

T- *11.*

நேரலையில் பார்த்துக்கொண்டிருந்த ஓர் அமெரிக்கன், 'பரவால்ல, பொண்ணுககூட இஸ்ரோல வேலை செய்யுது பாரேன்', என்றான்.

'Honey ! That's why they named their mission MOM. Not Maven', *என்றாள் மனைவி, கம்பீரமாக!*

T- *7...*

T- *6...*

T- *5... மதவாதம்*

T- *4... இனவாதம்*

T- *3... பழமைவாதம்*

T- *2... பெண்ணடிமைத்தனம்*

T- *1... அறியாமை*

T- *0... மூடநம்பிக்கை*

என அனைத்துப் பிற்போக்குத்தனங்களையும் எரித்து, தரையிலிருந்து உதிக்கின்ற ஆயிரம் சூரியனாக உதைத்துக் கிளம்பியது GSLV. S-200 பூஸ்டர்கள், 500 டன் நெருப்பை உமிழ்ந்ததில் ஏவுகலத்தின் வேகம் நொடியில் ஆயிரங்களுக்குத் தாவியது. செந்தழல் நெருப்பின் அடிப்புறம் நீல வண்ணம் பூசி விரைந்தது, வானம் எங்கும் ஜோதியாய் ஒளிர, இந்தியா ஒன்றென உயர்ந்தது.

ஒரு பில்லியன் கனவுகள் நிலவை நோக்கி பாய்ந்து கொண்டிருக் கின்றன. சந்தேகமின்றி இந்தியாவுக்கு இதுவொரு வரலாற்றுத் தருணம் என்றது பிபிசி நேரலை.

GSLV உயர உயரக் கண்கள் விரிந்த நிலையில் மக்கள் தலை நிமிர்ந்து பார்த்திருந்தார்கள். கடவுளைக் கண்டதுபோல பிரமித்திருந்தார்கள். நண்பர்கள் கை குலுக்கினார்கள், காதலர்கள் கட்டிப் பிடித்துக் கொண்டார்கள். ஆட்டம், மேளதாளம் எனக் கொண்டாடியது இளைஞர் படை, விசில் சத்தம் விண் பிளந்தது.

'கழிப்பறை இல்லாத தேசத்தில்', என ஒருவன் ஆரம்பிக்க, களேபரங்களில் மிரண்டிருந்த நாய், இதுதான் சமயம் என ஓடிச் சென்று அவனைக் கடித்தது.

'இந்தியன் என்பதில் பெருமை கொள்கிறீர்களா?' எனச் சாலைகளில் மைக் நீட்டினார்கள்.

'இப்பொழுது மட்டுமல்ல, எப்பொழுதும்' எனக் கண் சிமிட்டி சிரித்தது ஒரு தேவதை.

'First Stage performance normal. Separation begins,' என்றது கட்டுப்பாட்டு அறை.

இரண்டு நிமிடங்கள், 61 கி.மீ உயரத்தில், GSLV பக்க வாட்டில் இருந்த இரு பெரிய S200 கலன்கள், விண்கலத்தை மேலே உயர்த்தி விட்டு உதிர்ந்தது. இரண்டாம் எஞ்சின் L110 - விகாஸ் உயிர் பிடித்தது.

'செபரேஷன் சக்ஸஸ்', என்றார்கள்.

ஐஸ் வண்டிச் சிறுவனின் தங்கை பிளாஸ்டிக் கொடி உயர்த்திச் சிரித்தாள். அது இப்போது காற்றில் கம்பீரமாகப் படபடத்தது. கார் சிறுவன் அதைக் கேட்டு அழுக 'நோ' சொன்னாள் ஐபோன் மம்மி. 'இந்தா வச்சுக்க', என கொடியைத் தந்தது பாப்பா. ஏவுகலத்தைவிட அதிக உயரம் எகிறிக் குதித்து மகிழ்ந்தான் சிறுவன். அவசரமாகக் காசு தேடினாள் மம்மி. வேண்டாம் என நகர்ந்தார்கள் அண்ணனும், தங்கையும்.

தமிழ்ச் சானல் ஒன்றின் விவாத மேடையில், 'இந்தியாவின் பெருமையை சர்வதேச அரங்கில் தொடர்ந்து நிரூபிக்கும் இஸ்ரோவின் தலைவர் கே.சிவன் அரசுப் பள்ளிமாணவர். அவர் மட்டுமல்ல சந்திரயான், மங்கள்யான் திட்ட இயக்குனர் மயில்சாமி அண்ணாதுரை, பிரமோஸ் ஏவுகணை சிவதாணுப்பிள்ளை ஆகியோர்கள்கூட அரசுப் பள்ளி மாணவர்களே. இது எத்தனை பெருமை தெரியுமா' என்றார்கள்.

170 கி.மீ உயரம் கடந்து விரைந்தது, GSLV.

'Second Stage normal. L-110 Separation Begins,' என்றது கட்டுப்பாட்டு அறை. அதன் பெரிய டிஜிட்டல் திரைகளில் FLIGHT PARAMETERS என்பதற்குக் கீழே விநாடிக்கு பல இலக்கங்கள் மாறின.

'எங்கள் கலமே, உயரப் பற' என 150 டன் விசையை வெளியேற்றிப் பிரிந்தது 69 அடி பிரமாண்டம் - விகாஸ்.'

'Separation Success'. C-20 கிரயோஜெனிக் உயிர்பிடித்தது.

அரசுப்பள்ளி மாணவர்கள், சட்டை நைந்திருந்தாலும், காலர் உயர்த்தியிருந்தார்கள். ஆரம்பநிலை வகுப்புகளில் பாரதி கவிதைகள் வாசிக்கப்பட்டது.

'இச்சகத்து ளோரெலாம் எதிர்த்து நின்ற போதினும்,
அச்சமில்லை, அச்சமில்லை, அச்சமென்பதில்லையே,
துச்சமாக எண்ணி நம்மை தூறுசெய்த போதினும்'

- என ஆசிரியர் நிறுத்த, 'அச்சமில்லை, அச்சமில்லை அச்சமென்பதில்லையே' எனத் தீரமாக முழங்கியது அடுத்த தலைமுறை. உயர்நிலையில் அறிவியல் வகுப்புகள் களைகட்டின. அனைத்துப் பள்ளிகளிலும் அப்துல் கலாம் சிரித்திருந்தார், ஓவியமாக.

கிரயோஜெனிக் எஞ்சினின் 28 டன் நீர்ம ஆக்ஸிஜனும், நீர்ம நைட்ரஜனும் இணைந்து 20,000 கி.மீ வேகத்தில் விண்வெளிக்குள் சீறி நுழைந்தன. நிர்ணயிக்கப்பட்ட 181வது கி.மீ சுற்றுப்பாதையில் இறுதியாக ஓர் அதிவேகப் பாய்ச்சல், அதே வேகத்தில் சந்திரயான்-2 ஆய்வுக்கலம் அதன் மூக்கில் இருந்து விடுத்துக்கொண்டது. சுற்று வட்டப்பாதையில் மணிக்கு 18,000 கி.மீ வேகத்தில் சுற்ற ஆரம்பித்தது. தன் இயந்திர இறக்கைகளை விரித்தது சந்திரயான். பூமிக்குத் தகவல்கள் பரிமாற்றம் வெற்றிகரமாகத் துவங்கியது.

தரைக் கட்டுப்பாட்டு அறையில் படபடவென கைதட்டினார்கள். கண்ணீர் வடித்தார்கள். பிரதமர் நரேந்திர மோடி முகமெல்லாம் பூரிப்புடன் விஞ்ஞானிகளைக் கட்டி அணைத்துக்கொண்டார், வரலாறு படைக்க, வாழ்த்துகள் சொல்லி விடைபெற்றார்.

ஆய்வுக்கலத்தின் வேகம், இயக்கம், பாதைகளை உள்வாங்கி அனுப்பியது IDSN (Indian Deep Space Network). 'டேக்கிங் கன்ட்ரோல் ஆப் சந்திரயான்', எனச் சொல்லி பெங்களூர் ISTRAC கட்டுப்பாட்டை எடுத்துக்கொண்டது. விக்ரம் தரையிறங்கி கலத்தினுள் இருந்தவாறே பூமியின் புகைப்படங்களைக் க்ளிக்கியது. திட்டம், 50 சதவிகிதம் வெற்றி.

'இனிதான் ஆட்டம் ஆரம்பம்', என்றார்கள் அமெரிக்கப் பில்லியனர்கள்.

ஏவப்பட்ட இரண்டாவது நாளில் சுற்றுவட்டப் பாதை பாய்ச்சலுக்குத் தயாரானது சந்திரயான். 48 நாள் தவம் துவங்கியது.

24 ஐஉலை 2019 - முதல் பாய்ச்சல்: 48 நொடி எரிபொருள் எரிப்பில், 45,163 கி.மீ அடைந்தாயிற்று.

25 ஐஉலை 2019 - இரண்டாவது பாய்ச்சல்: 15 நிமிடங்கள் எரிபொருள் எரிப்பு, 54,829 கி.மீ அடைந்தாயிற்று.

29 ஜூலை 2019 - மூன்றாம் பாய்ச்சல்: 16 நிமிடங்கள் எரிபொருள் எரிப்பு, 71,792 கி.மீ அடைந்தாயிற்று.

2 ஆகஸ்ட் 2019 - நான்காம் பாய்ச்சல்: 10 நிமிடங்கள் எரிபொருள் எரிப்பு, 89,472 கி.மீ அடைந்தாயிற்று.

6 ஆகஸ்ட் 2019 - ஐந்தாம் கட்ட பாய்ச்சல்: 17 நிமிடங்கள் எரிபொருள் எரிப்பு, 1,42,975 கி.மீ அடைந்தாயிற்று.

14 ஆகஸ்ட் 2019 - 23வது நாள்: இறுதிக் கட்டப் பாய்ச்சல்: 20 நிமிடங்கள், சந்திரனின் ஈர்ப்பு விசைக்குள் நுழைந்தது சந்திரயான். அதன் சுற்றுப் பாதையில் ஐந்து கட்டங்களாக வேகம் குறைத்து 2 செப்டெம்பர் 2019, சந்திரயான் விண்கலத்திலிருந்து பிரிந்து விக்ரம் தரையிறங்கி தனது பயணத்தைத் துவக்கியது,

நான்கு நாட்கள் சுற்றுப்பாதையில் பயணித்து மெல்ல மெல்ல மணிக்கு 6,120 கி.மீ வேகம் குறைந்தது விக்ரம். அதன் உபகரணங்கள் நிலவின் தரைப்பரப்பை ஸ்கேன் செய்தன. தரையிறங்கும் பகுதி முடிவானது. 35 கி.மீ உயரத்தில் பயணித்துக் கொண்டிருந்த விக்ரம், தன் வரலாற்று பயணத்திற்கு ஆயத்தமானது. பதற்றம் நிறைந்த 15 நிமிடத் திட்டம் இதுதான். இறங்கத் துவங்கிய 10 நிமிடங்களில் 526 கி.மீ வேகத்தில் பயணித்துத் தரையிலிருந்து 7.4 கிமீ உயரத்தை அடையவேண்டும்.

அடுத்த 38 நொடிகளில் 526ல் இருந்து 331 கி.மீ ஆக வேகம் குறையும். 5 கிமீ உயரத்தை அடையும். அடுத்து 89 நொடிகளில் 400 மீட்டர் உயரத்தை வந்தடையும் விக்ரம், தரைப்பரப்பு இறங்க ஏதுவானதா என 12 நொடிகள் சோதனை செய்யும். முதல் கட்ட உறுதி செய்தவுடன் தொடர்ந்து கீழிறங்கும் விக்ரம், 100 மீட்டர் உயரத்தில் இறுதியாக ஒரு முறை சோதனை செய்யும். இடம் ஏதுவானதாக இருந்தால் தரையிறக்கம் துவங்கும், இல்லையெனில் வேறு இடத்தைத் தேர்வு செய்யும்.

இடம் உறுதி செய்யப்பட்டவுடன் முதன்மை எஞ்சின் மற்றும் பக்கவாட்டு நான்கு எஞ்சின்கள் அனைத்தும் இயங்க கனகம்பீரமாகத் தரையிறங்கும் விக்ரமின் இயந்திரக் கால்கள் தரையைத் தொட்டதும் சென்சார்கள் உதவியில் எஞ்சின்கள் இயக்கத்தை அதுவாக நிறுத்தும். 15 நிமிடங்களில் நிலவின் தரைப்பரப்பை புகைப்படங்கள் எடுத்து அனுப்பும்.

நான்கு மணிநேரம் கடந்த பின் அதன் கதவுகள் திறக்கப்பட்டு ப்ரக்யான் வாகனம் வெளிவரும். 500 மீட்டர் தொலைவுவரை

பயணித்து ஆய்வுகளை விக்ரமிற்கு அனுப்ப, விக்ரம் மேலே சுற்றுப்பாதையில் பயணித்திருக்கும் சந்திரயானுக்கு அனுப்ப, அது ரேடியோ அலைகள் மூலம் புவிக்கு அனுப்பும். IDSN அதை உள்வாங்கித் தகவல்களாக உருமாற்றும். கட்டளைகளும் இவ்வாறே பிறப்பிக்கப்படும்.

சூரிய ஒளியை மின்சாரமாகக் கொண்டு இயங்கும் விக்ரமும், ப்ரக்யானும் தென்துருவத்தில் ஒரு சந்திர நாள், அதாவது 14 நாட்கள் பணிகளைத் தொடர்வார்கள். இது நிகழ்ந்தால் திட்டம் வெற்றி. இதில் சிக்கல் என்னவெனில் தென்துருவப் பகுதியில் இதுவரை யாரும் நுழைந்ததில்லை. மர்மப் பிரதேசம். மேலும் சந்திரனில் வளிமண்டலம் கிடையாது. செவ்வாயில் இறங்குவதுபோல பாராசூட் உதவியில் இறங்கமுடியாது. எஞ்சின்களின் உதவியில் விசையைச் செலுத்தி வேகம் குறைக்கவேண்டும்.

கேமராக்கள், செ்சார்கள், லேசர் தரையளப்பி, தானியங்கி வேகக் கட்டுப்பாடு இன்னும் சில உபகரணங்கள் ஒருங்கிணைந்து, தன்னிச்சையாக, துல்லியமாக இயங்கவேண்டும். தரை இறங்குதலைப் பொறுத்தவரை கட்டுப்பாட்டு அறை வெறும் பார்வையாளர் மட்டுமே. விக்ரம் தன் வசம் கொண்ட தானியங்கித் தொழில்நுட்பத்தின் மூலம் அனைத்தையும் நிகழ்த்தவேண்டும். இது நல்லபடியாக நிகழப் பிரபஞ்சத்தின் நான்கு சக்திகளும் மனம் வைக்கவேண்டும்.

இஸ்ரோ பெங்களூர் தலைமையக தரைக்கட்டுப்பாட்டு அறை, உச்சகட்டப் பதற்றத்தில் இருந்தது. மென் தரையிறங்கும் தொழில்நுட்பத்தைத் தேவைக்கு அதிகமாகவே சோதித்தாயிற்று. அனைத்தும் வெற்றிதான். இருந்தும் களத்தில், அந்தக் கணத்தில் ஏற்படும் பதைபதைப்பு என்பது அசாதாரணமானது. ஒலிபெருக்கி கரகர ஓசையுடன் பேசத் தயாரானது. அரங்கின் அமைதியைக் குலைக்காமல், ஆனால் உறுதியாக அறிவித்தது ஒரு குரல்.

'Initiating 15 minutes final descent.'

விக்ரமின் ஆட்டோபைலட் பொத்தான் பச்சைக்கு மாறியது. உயிர்கொண்ட ஓர் இயந்திரப் பறவையாக 500 கி.மீ வேகத்தில் நிலவின் தரைப்பரப்பை நோக்கி இறங்கியது விக்ரம்.

14வது நிமிடம்: 420 கி.மீ வேகத்தில் 82,000 அடிகளில் நுழைந்ததே, அதன் வெளிப்புற கேமராக்கள் உயிர்பெற்றன.

13வது நிமிடம்: 392 கி.மீ வேகம், 75,000 அடி உயரம். அதன் தரையளப்பி உயிர்பெற்றது.

இஸ்ரோ கட்டுப்பாட்டு அறையில் பதற்றம், பதைபதைப்பு நிலவியது. அதன் பெரிய டிஜிட்டல் திரை, நிர்மாணிக்கப்பட்ட பயணப் பாதையையும், விக்ரமின் தற்போதைய பாதையையும் இணைத்துக் காட்டியபடி இருந்தது. இரண்டும் ஒரு கோட்டில் இருந்தன.

8வது நிமிடம்: 275 கி.மீ வேகம், 45,000 அடி உயரம். கிரேட்டர் குழிகளைத் தவிர்த்து இடைப்பட்ட ஒரு சமதளப் பகுதியை நோக்கி விரைந்தது. அதன் சென்சார்களில் இயக்கம் இல்லை, கேமராவை உயிர்ப்பித்தது விக்ரம். ஒரு வெள்ளைப் படலம் தெரிந்தது. உறைந்த மேகங்களா? வளிமண்டலமே இல்லாத பகுதியில் இது என்ன?

6வது நிமிடம்: 210 கிமீ வேகம், 25,000 அடி உயரம். அப்படலத்தைப் புகைப்படம் எடுத்தது விக்ரம். அதன் செயற்கை நுண்ணறிவு கொண்டு ஆராய்ந்தபோது வியந்தது. இப்போது படலத்தின் நிறம் சிவப்பாக மாறியிருந்தது.

5வது நிமிடம்: 210 கிமீ வேகம், 20000 அடி உயரம்... தன் உயர் துல்லியக் கேமராக்கள் கொண்டு நொடியில் நூறு படங்கள் எடுத்தது. ஆராய்ந்ததில் நூறு படங்களிலும் நூறு வண்ண மாறுதல். இது என்ன? என ஆராயும்போதே, அப்படலம் விக்ரமைச் சூழ்ந்தது. ஒரு சுழலாய் மாறி தனக்குள் இழுத்தது. விக்ரமின் தானியங்கி விளக்குகள் அணைந்தன. அதன் எஞ்சின் செயல் இழந்தது...

4வது நிமிடம்: 210 கி.மீ வேகம், 12,000 அடி உயரம்... தரைக் கட்டுப்பாட்டு அறை பதறியது. வேகம் குறை விக்ரம், வேகத்தைக் குறை...

3வது நிமிடம்: 210 கி.மீ வேகம், 10000 அடி... என்ன செய்வது? விக்ரம் என்ன ஆயிற்று? வேகம் குறை! எதை அழுத்துவது...

2வது நிமிடம்: தரைப்பரப்பில் இருந்து 2.1 கிமீ தொலைவில் விக்ரம் திசை மாறியது.

01.59வது நிமிடம்: வேகம் 210...

01:57வது நிமிடம்: வேகம் 210...

01:50வது நிமிடம்: வேகம் 200...

கட்டுப்பாட்டு அறையின் திரை இருண்டது. எங்கும் நிசப்தம்.

0:58வது நிமிடம்: ...

0:57வது நிமிடம்: ...

திரையில் உயிர் இல்லை, சிலர் தலை குனிந்துகொண்டார்கள், என்ன காண்கிறோம் என்பதையே சிலரால் நம்ப முடியவில்லை.

00:15வது நிமிடம்: ...

00:14வது நிமிடம்: ... சிலர் விழியோரம் கண்ணீர் வழிந்தார்கள், இருக்கை கைப்பிடியை இறுகப்பற்றிக்கொண்டார்கள். நிச்சயம் தொடர்பு கிடைத்து விடும்...

00:05வது நிமிடம்: ... நம்பிக்கைகள் உடைந்தன, முகங்கள் ரத்தமிழந்தன. ஓர் அழுத்தம் தொண்டையைப் பற்றிக்கொண்டதில் குரல் வரவில்லை.

0:00: Connection Lost, Reason Unknown... *என மின்னியது திரை*, நேரலைத் தொகுப்பாளர்கள், மக்கள், அதிகாரிகள் எவரும் பேசவில்லை. அமைதி... நடுநடுங்க வைக்கும் பிரபஞ்சத்தின் அமைதி... வியர்வை வெப்பம், அறையெங்கும் சூழ்ந்தது.

சில நிமிடங்கள் கடந்த பின், இஸ்ரோ தலைவர் மைக்கை எடுத்தார், பேச முடியவில்லை. ஆனாலும் அறிவித்துதான் ஆகவேண்டும், அந்தக் கடமை இருக்கிறது. விரல்களில் சற்று நடுக்கம், தோல்விகள் பார்க்காதவர் இல்லை. ஆனால் *48* நாள் பயணத்தில் *99.99 %* எல்லாம் சரியாக நடந்து இறுதி நிமிடங்கள், இறுதி வினாடிகளில் இப்படி ஆனதில்லை, தொண்டையைச் செருமினார்.

'விக்ரம் லேண்டர் திட்டமிட்டபடியே கீழிறங்கத் தொடங்கியது. 2.1 கிலோ மீட்டர் உயரம் வரை எந்தச் சிக்கலும் இல்லை. ஆனால் அதன்பின் பூமியுடனான தொடர்பு துண்டிக்கப்பட்டுப் விட்டது. என்ன நடந்தது என்று ஆராய்ந்து வருகிறோம்,' என உடைந்த குரலில் அறிவித்தார். அறிவிப்பிற்குப் பின் யாரைப் பார்ப்பது, எங்கு பார்ப்பது... திரையைப் பார்த்தார்!

விக்ரம்... என்ன ஆயிற்று? எங்கிருக்கிறாய் ? அவரது மனம் கதறியது.

எழுந்து வா விக்ரம்... எழுந்து வா...

எழுந்து வா...

விக்ரம்...

திரை இன்னும் இருண்டிருந்தது. இருள். அமானுஷ்ய இருள்.

விக்ரம் கண்விழித்தார், கொஞ்சம் உடல் வலித்தது. அதிக நேரம் உறங்கிவிட்டேனா ?

விக்ரம், காமிரா விழித்தது, இயந்திர பாகங்கள் நொறுங்கியிருந்தது. அதிக வேகம் வந்தேனா?

விக்ரம் சுற்றும் முற்றும் பார்த்தார். இருளிலும் அனுமானிக்க முடிந்தது. நான் எப்போதும் தங்கும் ஹோட்டல் அறை. தும்பாவில் நிறைய வேலை இருக்கிறது. ஏன் என்னால் எழ முடியவில்லை?

விக்ரம் எஞ்சின்களை இயக்கி நகரப் பார்த்தது, முடியவில்லை. காமிரா கொண்டு பார்த்தது. இது நிலவின் தரைப்பகுதி. பணிகளைத் தொடங்வேண்டும், கதவைத் திற எனக் கட்டளை இட்டது, கதவு திறக்கவில்லை.

விக்ரம் அறையின் கதவருகே பார்த்தார். இத்தனை பேர் எதற்காகக் குழுமியிருக்கிறார்கள், அதுவும் வேலை நேரத்தில்? அட, அப்துல் கலாம் கூட நிற்கிறார். SLV-3 குறித்து விவாதிக்க வேண்டும் என்றாரே, ஆனால் ஏன் எல்லோரும் அழுது கொண்டிருக்கிறார்கள்?

விக்ரமின் ஐந்து உயர் துல்லியக் காமிராக்களும் அனைத்துத் திசைகளிலும் புகைப்படங்கள் எடுத்தன. இது என்ன? இந்த வண்ணப்படலம் ஏன் என்னைச் சூழ்ந்திருக்கிறது? ஏன் எந்தத் தகவலையும் மேலே ஆய்வுக்கலனுக்கு அனுப்ப முடியவில்லை? உயர் அதிர்வெண்களில் தகவல்களை அனுப்ப முயற்சி செய்தது. அப்படலத்தில் இருந்து எதுவும் வெளியேறவில்லை. இது எப்படிச் சாத்தியம்? மின்காந்த விசையில் எழும் போட்டான் துகள்களே தகவல்களை சுமந்து செல்பவை. பிரபஞ்ச இயக்க அடிப்படை விசைகளில் அதுவும் ஒன்று. அப்படியெனில்? ஏதோ முடிவாய், சுற்றுப்புறத்தை ஆராய்ந்த விக்ரமின் செயற்கை நுண்ணறிவு திடுக்கிட்டது.

நான் இறந்து விட்டேனா? கலங்கிப்போனார் விக்ரம். எந்த வலியும் இல்லை. பிறகெப்படி அது சாத்தியம்? இத்தனை மக்கள், விஞ்ஞானிகள் எனக்காக வந்திருக்கிறார்களா ? இவர்கள் கனவை இனி எப்படி நிறைவேற்றுவேன்? இறைவா இன்னொரு வாழ்க்கை தா! இந்தத் தேசத்தை உயர்த்திவிட்டு வந்து விடுகிறேன்.

விக்ரம் கண்டுகொண்டது, பிரபஞ்சத்தின் அடிப்படை விதிகளில் ஒன்று மாறியிருக்கிறது. இங்கு மின்காந்த விசையை உருவாக்க முடியவில்லை! அதனால்தான் தகவல்கள் செல்ல மறுக்கின்றன.

இந்தப் படலத்தை ஆராயவேண்டும். தனது லேசர் ஒளிக்கற்றையால் வண்ணப்படலத்தைத் துளைத்து, அதன் மூலக்கூறுகளைக் கிரகித்து, அறிவியல் இதுவரை கொண்டிருக்கும் அத்தனைத் தகவல்களுடனும் சோதித்தது விக்ரம், எதிலும் பொருந்தவில்லை.

சில நிமிடங்களில் பிங் என்ற சத்தத்துடன் அதன் திரை முடிவை அறிவித்தது. Particles observed. Found positrons, anti-neutrons and anti-protons. விக்ரமால் தன் கண்டுபிடிப்பை நம்ப முடியவில்லை. ஒரு முறைக்கு நூறு முறை சோதித்தது. முடிவு அதேதான்.

இந்த மனிதகுலம், அறிவியல், பௌதிகம், பிரபஞ்சம் என அனைத்தும் தேடிக்கொண்டிருக்கும் ஒரு வஸ்து இது. Anti-matter என்கிற எதிரணு. இங்கு பரந்திருக்கும் அனைத்திற்கும் ஓர் எதிர் ஆற்றல் உள்ளது. உலோகம் என்றால் உயிர், நெருப்பு என்றால் நீர், வெப்பம் என்றால் குளிர், ஆனால் இது அனைத்தின் ஆதாரக் கட்டமைப்பு, அணு. பிரபஞ்சப் பெரு வெடிப்பு நிகழ்ந்த போது அணுவுடன், எதிரணுவும் உருவாகியிருக்கவேண்டும். ப்ரோட்டான், நியூட்ரான் அதைச் சுற்றும் எலக்ட்ரான் இருக்கிறதென்றால், எதிர்-ப்ரோட்டான், எதிர்-நியூட்ரான் அதை சுற்றும் எதிர்-எலெக்ட்ரான் (பொஸைட்ரான்) இருந்தே ஆக வேண்டும்.

அணுவால் உருவான புளுடோனியம், உரேனியத்தின் மூலக்கூறுகள் மோதலே அத்தனை சக்தி என்றால், அணுவை எதிரணுவுடன் மோதினால் கிடைக்கக்கூடிய சக்தி இருக்கிறதே, அது ஓர் அபரிமித அற்புதம். அதை விவரிக்கவோ, அளவிடவோ, ஒப்பீடுகளே இல்லை. ஆனால் வெளிப்படும் சக்தியானது ஒளியை விட அதி வேகமாகப் பயணிக்கும். அப்போது காலப்பயணம் சாத்தியமாகும், சூரியக் குடும்பம் என்ன, காலக்சிகள் என்ன, விர்கோ பேரடைகள் என்ன... மல்டிவெர்ஸ் எனப்படும் இணைப் பிரபஞ்சங்களுக்குக் கூடச் செல்லமுடியும்! குதூகலித்தது விக்ரம்.

இந்தக் கண்டுபிடிப்பை என் தேசத்திற்குச் சொல்லியே ஆக வேண்டும். ஆனால் விக்ரமின் அனைத்து முயற்சிகளும் தோல்வி அடைந்தது. பல தொழில்நுட்பத்தில் முயற்சித்தும் எதிர்ப் படலம் எதையும் வெளியேற அனுமதிக்கவில்லை. நாட்கள் கடந்தன.

இந்தியாவில் 'மீண்டு வா விக்ரம்' எனப் பிரார்த்தனைகள் நடந்தன. பிரபஞ்சத்தின் ஐந்தாவது விசை 'நம்பிக்கை' கொண்டு வேண்டினார்கள். சந்திரயான் கலத்தின் மூலம் விக்ரம் விழுந்த இடம்

கண்டுபிடித்தாயிற்று. ஆனால் தொடர்பை மீண்டும் நிறுவ முடியவில்லை.

14 நாட்கள் முடிய, இன்னும் சில மணி நேரங்களே மீதமிருந்தது. என்ன ஆனது எனத் தெரியாமலே தோற்பதுதான் வலி. பிரதமர் வந்தார், அனைவருக்கும் ஆறுதல் கூறினார். இறுதி நிலைத் தகவல்களைப் பெற்றார். அடுத்த கட்ட நடவடிக்கைகள் குறித்து விவாதித்தார்.

சிக்கல் என்னெவெனில் இத்தோல்வி இந்தியாவின் எதிர்காலத் திட்டங்களையும் பாதிக்கும், சோதனைகள் அனைத்தையும் மீண்டும் நிகழ்த்த வேண்டும், முடிவுகளை மறுபரிசீலனை செய்ய வேண்டும். விண்வெளிக்கு வீரர்களை அனுப்பும் திட்டம், சொந்த விண்வெளி நிலையம் என அனைத்தும் காலதாமதமாகும்.

எதிர்காலத் திட்டங்களை நாங்கள் செய்யலாமா? எனச் சமயம் பார்த்து அமெரிக்கத் தனியார் நிறுவனங்கள் இந்தியாவை அணுகின. இன்னும் சில மணி நேரங்களே மீதமுள்ள நிலையில் பிரதமர் ஓர் அவசரக் கூட்டத்திற்கு அழைத்தார். விஞ்ஞானிகள் அனைவரும் குழுமினர். விக்ரம் தனது ப்ரக்யானை அனுப்பிச் சோதித்தது. வெளியேற முடியவில்லை.

14 நாட்கள் முடிந்து, தென் துருவப்பகுதியை இருள் சூழ ஆரம்பித்தது.

சூரிய ஒளியின் கடைசிக் கீற்றைப் பிடித்து, விரைந்து வந்து விக்ரமில் ஏறியது பிரக்யான். அதன் சக்கரங்களில் பொறிக்கப் பட்டிருந்த இஸ்ரோ முத்திரை நிலவின் தரைப்பரப்பில் அழுத்தமாகப் பதிந்திருந்தது. இறுதியாக அதைப் புகைப்படம் எடுத்தது விக்ரம். இருள் தென் துருவத்தை முழுமையாக மூடியது. விக்ரமின் மின் இருப்பு கடைசித் துளியில் ஒளிர்ந்தது.

இஸ்ரோ கட்டுப்பாட்டு அறை அவசரமாகக் கூடியது, அனைத்து உபகரணங்களும் உயிர்ப்பிக்கப்பட்டன. தகவல் திரை இன்னும் இருண்டிருந்தது, விக்ரம் எதையோ கண்டுபிடித்திருக்கிறது. உள்மனம் சொல்வது சரிதான்.

'அது தகவல் அனுப்பவில்லை என்றால் என்ன? நாம் அனுப்புவோம்!' என்றார் சிவன்.

'சார், அதன் ட்ரான்ஸ்பாண்டர் உடைந்திருக்கிறது. தகவலை அது பெறாது,' என்றார் கம்யூனிகேஷன் இளைஞன்.

'பரவாயில்லை, இதன் வழி அனுப்பு' என 'Good Bye' என எழுதப்பட்ட சிவப்புப் பொத்தானைக் காட்டினார்.

'சார், இது லேசரில் இயங்கும் ஹைபர்னேட் பொத்தான். அழுத்தினால் பிரக்யான் வாகனம் எங்கிருந்தாலும் உள் இழுத்துக் கொண்டு விக்ரம் நீள் உறக்கத்திற்குச் சென்றுவிடும். கிடைத்தத் தகவலை மட்டும் சேமிக்கும் அவசர காலப் பொத்தான் இது. இறுதி நொடிகளில் இருக்கும் விக்ரமிற்கு இது தேவைப்படாது!'

இளைஞனை ஆழமாகப் பார்த்தார் சிவன்.

'இந்த பொத்தான் மூலம் செய்தி அனுப்ப முடியும், நகரு' என்றார்.

தென் துருவத்தின் குளிர் இரக்கமற்றது, என்னதான் செயற்கை அறிவு என்றாலும் விக்ரமின் விடா முயற்சிகள் இன்னும் வேகமாக மின்னாற்றலைக் குறைத்தன. நான் உருவாக்கப்பட்டதே இதற்காகத் தான். எனக்குக் கனவுகள் இல்லை, ஆனால் கடமைகள் உள்ளன. அதை நிறைவேற்றாமல் அணைந்துபோவதுதான் வேதனை. இந்தப் பிரபஞ்சத்தின் ரகசியம் அறிந்தவன் நான். அதை என் விஞ்ஞானிகளுக்குத் தெரிவிக்க வேண்டும். இந்தியா இதை நன்வழியில் உபயோகிக்கும், இதனால் உலகம் நன்மை பயக்கும் என எண்ணியபடி, இறுதிக் கட்ட உயிரில் அணைந்திருந்தது விக்ரம்.

விக்ரம் எழுந்தார். மிதப்பது போல இருந்தது. அவரது உடல் எடுத்துச் செல்லப்படுகிறது. மக்கள், விஞ்ஞானிகள் என அனைவரும் அழுத வண்ணம் பின் தொடர்கிறார்கள். விக்ரம் சாராபாய் கலங்கவில்லை. அவருக்குப் புரிந்தது. கடமை இருக்கிறது, கனவு இருக்கிறது, என்ன ஆனாலும் சரி! என் தேசமோ என் விஞ்ஞானிகளோ தேடலை நிறுத்த மாட்டார்கள். மூச்சு இருக்கும் வரை, இந்தியர்களிடத்தில் முயற்சி இருக்கும். கொஞ்சம் தாமதமாக வந்தாலும், தலை நிமிர வருவோம். மீண்டு வருவார்கள். எத்தனைத் தடைகள் வந்தாலும், மீண்டும் மீண்டும் வருவார்கள்!

விக்ரமின் ஹைபர்னேட் பொத்தான் ஒளிர்ந்தது. மீண்டும்... மீண்டும்... சீரான இடைவெளியில்...

அதன் செயற்கை நுண்ணறிவு புரிந்துகொண்டது. இது 'மார்ஸ் கோட்'. சங்கேத மொழி. இறுதியாக என் தேசம் ஏதோ சொல்ல விழைகிறது. இதே முறையில் எதிரணுவைச் சொல்லி விடுவோமா? விக்ரமின் மின்சக்தி அதற்கு இணங்கவில்லை. பில்லியனில் ஒரு துளி உயிரே மீதமிருந்தது. அதன் காமிரா கண்கள் செருக, மார்ஸ் கோடை கிரகித்தபடி காத்திருந்தது.

என்ன செய்தி... என்ன செய்தி...

பொத்தான் ஒளிர்வது நின்றுபோனது. சேகரித்த சங்கேதச் செய்தியை தன் செயற்கை நுண்ணறிவில் விரித்தது. தன் மின்னாற்றலின் மீதத் துளிகள் அனைத்தையும் ஒன்று திரட்டி, இறுதியாக ஒரே ஒரு முறை திரையை ஒளிர்வித்தது. மின்சாரமற்று அணைந்து போகும் அதன் காமிராக் கண்களில் வெள்ளை எழுத்துகளில் அச்செய்தி பிரதிபலித்தது.

'காத்திரு விக்ரம்! சந்திரயான் 3ல் சந்திப்போம்.'

– இஸ்ரோ.

இஸ்ரோவின் சாதனை வரலாறு – காலவரிசை

16 பிப்ரவரி 1962: பேராசிரியர் விக்ரம் சாராபாய் தலைமையில் இந்திய தேசிய விண்வெளி ஆராய்ச்சிக் கழகம் (INCOSPAR) தொடங்கப்பட்டது. சிறிய அளவிலான ராக்கெட்டுகளுக்கான பூமத்திய ராக்கெட் ஏவுதளம் (TERLS) கேரள மாநிலம் தும்பாவில் அமைக்கப்பட்டது.

21 நவம்பர் 1963: முதல் சோதனை ராக்கெட் Nike Apache தும்பாவில் இருந்து வெற்றிகரமாக ஏவப்பட்டது.

1 ஜனவரி 1965: விண்வெளி ஆய்வுகளை நிர்வகிக்கும் பொருட்டு விண்வெளி அறிவியல் மற்றும் தொழில்நுட்ப மையம் (SSTC) தும்பாவில் நிறுவப்பட்டது.

1 ஜனவரி 1967: இந்தியாவின் முதல் செயற்கைக்கோள் தொலைத்தொடர்பு மையம் குஜராத் மாநிலம் அகமதாபாத்தில் அமைக்கப்பட்டது.

15 ஆகஸ்ட் 1969: இந்திய தேசிய விண்வெளி ஆராய்ச்சிக் கழகம் (INCOSPAR), இந்திய விண்வெளி ஆய்வு மையமாக (ISRO) உருவெடுத்தது.

1 அக்டோபர் 1971: ஆந்திர மாநிலம் ஸ்ரீஹரிகோட்டாவில் இந்தியாவின் முதன்மை ராக்கெட் ஏவுதளம் அமைக்கப்பட்டது. அதன் தற்போதைய பெயர், சதிஷ் தவான் விண்வெளி ஆய்வு மையம்.

1 ஜூன் 1972:   விண்வெளி ஆய்வுகளை நிர்வகிக்க விண்வெளித்துறை (The Department of Space) எனும் அரசுத்துறை உருவாக்கப்பட்டது. அதன் கட்டுப்பாட்டின் கீழ் இஸ்ரோ செயல்படத் தொடங்கியது. இஸ்ரோவின் செயற்கைக்கோள் மையம் பெங்களூரில் நிறுவப்பட்டதும் இதே ஆண்டுதான்.

1 ஏப்ரல் 1975:   இஸ்ரோ அரசு நிறுவனமாக மாறியது.

19 ஏப்ரல் 1975:   இந்தியாவின் முதல் செயற்கைக்கோள் ஆர்யபட்டா வெற்றிகரமாக விண்ணில் ஏவப்பட்டது. சோவியத் ராக்கெட் Kosmos-3M உதவியுடன் ரஷ்ய ஏவுதளத்தில் இருந்து இச்சாதனை நிகழ்ந்தது,

1977 – 1979:   இந்த இரு ஆண்டுகளில் பிரான்ஸ்-ஜெர்மனியின் சிம்பொனி செயற்கைக் கோளைப் பயன்படுத்தி இஸ்ரோ மற்றும் அஞ்சல் - தந்தித் துறையின் கூட்டுத் திட்டமான செயற்கைக்கோள் தொலைத் தொடர்பு பரிசோதனைத் திட்டம் (STEP) மேற்கொள்ளப்பட்டது.

7 ஜூன் 1979:   பாஸ்கரா - 1 ஏவுதல். இந்தியா விண்வெளியில் செலுத்திய இரண்டாவது செயற்கைக்கோள் பாஸ்கரா. தொலையளவியல், நீரியல் மற்றும் கடலியல் தொடர்பான புவி ஆய்வியல் தரவுகளை இச்செயற்கைக்கோள் திரட்டியது.

10 ஆகஸ்ட் 1979:   SLV-3 - முதல் சோதனை ஏவுதல். இந்தியத் தொழில்நுட்பத்தில் உருவான பிரத்தியேக செயற்கைக்கோள் ஏவுகலமான SLV-3 (Satellite Launch Vehicle-3) ரோஹிணி செயற்கைக்கோளைச் சுமந்தபடி சோதனை முயற்சியாக விண்ணில் செலுத்தப்பட்டது. இம்முயற்சியில் செயற்கைக்கோளைப் புவி சுற்றுவட்டப் பாதையில் நிலைநிறுத்த இயலவில்லை. சோதனை தோல்வி.

18 ஜூலை 1980:	SLV-3 - இரண்டாம் சோதனை ஏவுதல். புவி சுற்றுவட்டப் பாதையில் ரோஹிணி செயற்கைக்கோள் வெற்றிகரமாக செலுத்தப் பட்டது. சோதனை வெற்றி.
1 ஜனவரி 1981:	SLV-3 - முதல் கட்ட நடைமுறை ஏவுதல். சோதனை வெற்றி.
19 ஜூன் 1981:	APPLE செயற்கைக்கோள் ஏவுதல். ஆப்பிள் எனும் புவிசார் தகவல் தொடர்பு செயற்கைக் கோள் சோதனை முயற்சியாக வெற்றிகரமாக விண்ணில் ஏவப்பட்டது.
20 நவம்பர் 1981:	பாஸ்கரா - 2 ஏவுதல். திட்டம் வெற்றி.
10 ஏப்ரல் 1982:	INSAT-1A ஏவுதல். முதலாவது இன்சாட் தகவல் தொடர்பு செயற்கைக்கோள் அமெரிக்க ராக்கெட் உதவியுடன் விண்ணில் ஏவப்பட்டது.
17 ஏப்ரல் 1983:	SLV-3 இரண்டாம் கட்ட நடைமுறை ஏவுதல். வெற்றி.
30 ஆகஸ்ட் 1983:	INSAT-1B ஏவுதல். வெற்றி.
2 ஏப்ரல் 1984:	இந்திய-சோவியத் வீரர்களை விண்வெளிக்கு அனுப்பும் திட்டம். ஓர் இந்தியர் முதல் முறையாக விண்வெளியில் நுழைந்த நாள் இது. இந்திய வீரர் திரு ராகேஷ் சர்மா சோவியத் வீரர்களுடன் இணைந்து Salyut 7 விண்வெளி நிலையத்தில் 8 நாட்கள் தங்கி விண்வெளி குறித்த ஆய்வுகளில் ஈடு பட்டிருந்தார்.
24 மார்ச் 1987:	ASLV - முதல் சோதனை ஏவுதல். Augmented Satellite Launch Vehicle (ASLV) எனப்படும் பெரிய அளவிலான செயற்கைக்கோள் ஏவுகலம் SROSS-1 செயற்கைக்கோளுடன் விண்ணில் ஏவப்பட்டது. செயற்கைக் கோளைப் புவி சுற்றுவட்டப் பாதையில் செலுத்த இயலவில்லை. சோதனை தோல்வி.

13 ஜூலை 1988:	ASLV - இரண்டாம் சோதனை ஏவுதல். SROSS-2 செயற்கைக்கோளுடன் இரண்டவது முறையாக ASLV விண் பாய்ந்தது. செயற்கைக்கோள் புவி சுற்றுவட்டப் பாதையில் செலுத்தப்படவில்லை. சோதனை தோல்வி.
21 ஜூலை 1988:	INSAT-1C ஏவுதல் கைவிடப்பட்டது.
1990 முதல்... :	இந்தியாவின் உழைக்கும் விண்வெளிக் குதிரை PSLV-ன் வருகையும், பிற நாடுகள் தங்கள் செயற்கைக்கோள்களைச் செலுத்தித் தர இஸ்ரோவை நாடியதும் இதன் பிறகுதான்.
12 ஜூன் 1990:	INSAT-1D சுற்றுவட்டப்பாதையில் வெற்றி கரமாக நிலைநிறுத்தப்பட்டது.
29 ஆகஸ்ட் 1991:	IRS-1B ஏவுதல். திட்டம் வெற்றி. Remote Sensing எனப்படும் தொலை உணர்திறன் ஆராயும் செயற்கைக்கோள் IRS விண்ணில் ஏவப்பட்டது. திட்டம் வெற்றி.
20 மே 1992:	ASLV - மூன்றாம் சோதனை ஏவுதல். பெரிய அளவிலான செயற்கைக்கோள்களைச்சுமந்து செல்லும் கலமான ASLV உதவியுடன், SROSS-C செயற்கைக்கோள் சுற்றுவட்டப்பாதையில் செலுத்தப்பட்டது. சோதனை வெற்றி.
10 ஜூலை 1992:	INSAT-2A ஏவுதல். முழுவதும் உள் நாட்டுத் தொழில்நுட்பத்தில் தயாரிக்கப் பட்ட இரண்டாம் தலைமுறை இன்சாட் செயற்கைக்கோள் வெற்றிகரமாக விண்ணில் ஏவப்பட்டது.
23 ஜூலை 1993:	INSAT-2B வெற்றிகரமாக விண்ணில் ஏவப்பட்டது.
20 செப்டெம்பர் 1993:	PSLV - முதலாவது சோதனை ஏவுதல். முனைய செயற்கைக்கோள் ஏவுகலம் (PSLV) சோதனை முயற்சியாக IRS-1 செயற்கைக் கோளுடன் விண்ணில் செலுத்தப்பட்டது. தொழில்நுட்பக்கோளாறு காரணமாக

ஏவுகலம் கடலில் விழுந்தது. சோதனை தோல்வி.

4 மே 1994:

ASLV - நான்காம் சோதனை ஏவுதல். SROSS-C2 செயற்கைக்கோள் புவி சுற்றுவட்டப் பாதையில் செலுத்தப்பட்டது. சோதனை வெற்றி.

15 அக்டோபர் 1994:

PSLV - இரண்டாவது சோதனை ஏவுதல். முனைய செயற்கைக்கோள் ஏவுகலம் (PSLV) இரண்டாவது சோதனை முயற்சியாக IRS-P2 செயற்கைக்கோளுடன் விண்ணில் செலுத்தப் பட்டது. சூரிய ஒத்திசைவிற்கான துருவ சுற்று வட்டப் பாதையில் செயற்கைக்கோள் வெற்றிகரமாக நிலை நிறுத்தப்பட்டது. சோதனை வெற்றி.

21 மார்ச் 1996:

PSLV - மூன்றாவது சோதனை ஏவுதல். PSLV மூன்றாம் கட்ட சோதனை ஏவுதல், IRS-P3 செயற்கைக்கோளுடன் விண்ணில் செலுத்தப் பட்டது. சூரிய ஒத்திசைவிற்கான துருவ சுற்று வட்டப் பாதையில் செயற்கைக்கோள் வெற்றிகரமாக நிலைநிறுத்தப்பட்டது. சோதனை வெற்றி.

29 செப்டெம்பர் 1997:

PSLV சோதனைகள் முடிவடைந்து செயல் பாட்டிற்கான முதல் ஏவுதல். IRS-1D செயற்கைக்கோள் சுற்றுவட்டப் பாதையில் நிலை நிறுத்தப்பட்டது. திட்டம் வெற்றி.

26 மே 1999:

PSLV-C2/IRS-P4 ஏவுதல். இந்தியாவின் IRS தொலையுணர் செயற்கைக்கோளுடன், கொரியாவின் KITSAT-3 மற்றும் ஜெர்மனின் DLR-TUBSAT செயற்கைக்கோள்களும் PSLV உதவியுடன் வெற்றிகரமாக விண்ணில் ஏவப்பட்டது.

18 ஏப்ரல் 2001:

GSLV-D1 / GSAT-1 ஏவுதல். இந்தியாவின் பாருபலி என அழைக்கப்படும் GSLV - புவி இடைநிலை செயற்கைக்கோள் ஏவுகலம் GSAT-1 செயற்கைக்கோளுடன் தனது

முதலாவது சோதனை ஓட்டத்தைத் தொடங்கியது. சோதனை வெற்றி.

22 அக்டோபர் 2001:   PSLV-C3 / TES ஏவுதல். இந்தியாவின் தொழில் நுட்பப் பரிசோதனை செயற்கைக்கோளுடன் (TES), ஜெர்மனியின் BIRD, பெல்ஜியத்தின் PROBA செயற்கைக்கோள்களும் PSLV உதவியுடன் விண்ணில் ஏவப்பட்டது.

12 செப்டெம்பர் 2002:   PSLV-C4 உதவியுடன் KALPANA-1 செயற்கைக் கோள் வெற்றிகரமாக விண்ணில் ஏவப் பட்டது.

17 அக்டோபர் 2003:   PSLV-C5 உதவியுடன் RESOURCESA-1 செயற்கைக்கோள் வெற்றிகரமாக விண்ணில் ஏவப்பட்டது.

20 செப்டெம்பர் 2004:   சோதனைகள் முடிவடைந்து GSLV-F01 உதவியுடன் EDUSAT(GSAT-3) செயற்கைக் கோள் வெற்றிகரமாக விண்ணில் ஏவப் பட்டது.

5 மே 2005:   PSLV-C6 உதவியுடன் CARTOSAT-1/HAMSAT வெற்றிகரமாக விண்ணில் ஏவப்பட்டது.

10 ஜனவரி 2007:   PSLV-C7 ஏவுகல உதவியுடன் இந்தியாவின் CARTOSAT-2, இந்தோனிசியா மற்றும் அர்ஜென்டைனாவின் LAPAN-TUBSAT, PEHUENSAT-1 செயற்கைகோள்கள் விண்ணில் ஏவப்பட்டன.

23 ஏப்ரல் 2007:   PSLV-C8 ஏவுகல உதவியுடன் வானியல் ஆய்வுகளை மேற்கொள்ளும் இந்தியாவின் AGILE செயற்கைக்கோள் வெற்றிகரமாக விண்ணில் ஏவப்பட்டது.

2 செப்டெம்பர் 2007:   GSLV-F04 ஏவுகல உதவியுடன் INSAT-4CR செயற்கைக்கோள் வெற்றிகரமாக விண்ணில் ஏவப்பட்டது.

21 ஜனவரி 2008:   PSLV-C10 உதவியுடன் TECSAR செயற்கைக்கோள் வெற்றிகரமாக விண்ணில் ஏவப்பட்டது.

28 ஏப்ரல் 2008:   PSLV-C9 உதவியுடன் இந்தியாவின் CARTOSAT-2A மற்றும் IMS-1 தவிர 8 நாடுகளின் சிறிய அளவிலான செயற்கைக் கோள்களும் வெற்றிகரமாக விண்ணில் ஏவப்பட்டன.

22 அக்டோபர் 2008:   சந்திரயான் ஒன்று. PSLV-C11 ஏவுகலம் சந்திரயான் ஆய்வுக்கலத்தை வெற்றிகரமாக சந்திரனின் சுற்றுவட்டப் பாதையில் செலுத்தியது. திட்டம் வெற்றி.

27 நவம்பர் 2010:   HYLAS ஏவுதல். ஐரோப்பாவின் EADS-Astrium நிறுவனத்துடனான ஒப்பந்தத்தின் பேரில் HYLAS எனப்படும் அதி தகவமைத்துக்கொள்ளும் மேம்பட்ட தகவல் தொடர்பு செயற்கைக்கோளை இஸ்ரோ உருவாக்கியது. Ariane-5 V198 ஏவுகல உதவியுடன் பிரென்ச் கயானாவில் இருந்து வெற்றிகரமாக இச்செயற்கைக்கோள் விண்ணில் நிலை நிறுத்தப்பட்டது.

5 நவம்பர் 2013:   மங்கள்யான் ஏவுதல். MOM ஆய்வுக்கோளைச் சுமந்தபடி விண்ணில் சீறிப்பாய்ந்தது PSLV-C25. விண்வெளியில் *324* நாட்கள் பயணித்து சுற்றுவட்டப்பாதைத் தாவல்கள் மூலம் செப்டெம்பர் 24, 2014 அன்று செவ்வாய்க் கோள் சுற்றுவட்டப் பாதையில் நுழைந்தது MOM.

18 டிசம்பர் 2014:   LVM3-X / CARE திட்டம். இந்தியாவின் அடுத்த தலைமுறை ஏவுகல உதவியுடன், விண்வெளிக்குச் சென்று திரும்பும் CARE கலம் பரிசோதிக்கப்பட்டது. விண்வெளியில் விடுக்கப்பட்டு *20* நிமிடங்களுக்குப் பிறகு வங்கக் கடலில் பத்திரமாக இறங்கியது CARE கலம்.

28 செப்டெம்பர் 2015:   PSLV-C30 / ASTROSAT ஏவுதல். *1513* கிலோ எடை கொண்ட ASTROSAT செயற்கைக் கோளுடன், பிற நாடுகளின் 6 செயற்கைக்

கோள்களையும் வெற்றிகரமாக விண்ணில்
ஏவியது PSLV-C30.

23 மே 2016:   RLV-TD ஏவுதல். விண்வெளிக்குச் சென்று
திரும்பும் (Reusable Launch Vehicle-
Technology) ஏவுகலத் தொழில்நுட்பம்
பரிசோதிக்கப்பட்டது. சோதனை வெற்றி.

14 பிப்ரவரி 2017:   104 செயற்கைக்கோள்கள் வரலாற்றுச்
சாதனை ஏவுதல். இந்தியாவின் CARTOSAT-2
செயற்கைக்கோளுடன், அமெரிக்கா உட்பட
ஆறு நாடுகளைச் சேர்ந்த 103 செயற்கைக்
கோள்களையும் சூரிய ஒத்திசைவுப்
பாதையில் வெற்றிகரமாக நிலை நிறுத்தியது
PSLV-C37 ஏவுகலம்.

5 மே 2017:   GSLV-F09 உதவியுடன் GSAT-9 செயற்கைக்
கோள் வெற்றிகரமாக புவி ஒத்திசைவுப்
பாதையில் நிலை நிறுத்தப்பட்டது.

5 ஜூன் 2017:   GSLV-MkIII-D1 உதவியுடன் 3136 கிலோ
எடைகொண்ட GSAT-19 செயற்கைக்கோள்
வெற்றிகரமாக சுற்று வட்டப்பாதையில்
நிலை நிறுத்தப்பட்டது.

23 ஜூன் 2017:   PSLV-C38 உதவியுடன் இந்தியாவின்
CARTOSAT-2 உட்பட 14 நாடுகளின் 30
செயற்கைக்கோள்கள் சூரிய ஒத்திசைவுப்
பாதையில் நிலைநிறுத்தப்பட்டது.

29 ஜூன் 2017:   3477 எடை கொண்ட இந்தியாவின் GSAT-17
செயற்கைக்கோள், ஐரோப்பாவின் Ariane-5
VA-238 ஏவுகல உதவியுடன் பிரெஞ்
கயானாவில் இருந்து விண்ணில் வெற்றி
கரமாக நிலைநிறுத்தப்பட்டது.

31 ஆகஸ்ட் 2017:   PSLV-C39 உதவியுடன் IRNSS-1H செயற்கைக்
கோள் விண்ணில் ஏவப்பட்டது. ஆனால்
சுற்றுவட்டப் பாதையில் செயற்கைக்
கோளை நிலைநிறுத்த இயலவில்லை.
திட்டம் தோல்வி.

| *12 ஜனவரி 2018:* | PSLV-C40 உதவியுடன் CARTOSAT-2 உட்பட 6 நாடுகளின் 31 செயற்கைக்கோள்கள் வெற்றி கரமாக ஏவப்பட்டன. |

| *29 மார்ச் 2018:* | GSLV-F08 உதவியுடன் GSAT-6A செயற்கைக் கோள் வெற்றிகரமாக சுற்றுவட்டப் பாதையில் நிலைநிறுத்தப்பட்டது. |

| *12 ஏப்ரல் 2018:* | PSLV-C41 உதவியுடன் IRNSS-II செயற்கைக் கோள் வெற்றிகரமாக சுற்றுவட்டப் பாதையில் நிலைநிறுத்தப்பட்டது. |

| *5 ஜூலை 2018:* | விண்வெளிக்கு மனிதர்களை அனுப்பும் திட்டத்தின் முக்கிய பகுதியாக, அவசர காலத்தில் குழுவைத் தப்ப வைக்கும் தொழில்நுட்பம் வெற்றிகரமாக சோதனை செய்யப்பட்டது. |

| *16 செப்டெம்பர் 2018:* | PSLV-C42 உதவியுடன் இரு நாடுகளின் NovaSAR and S1-4 புவி கண்காணிப்பு செயற்கைக்கோள்கள் வெற்றிகரமாக சுற்று வட்டப்பாதையில் நிலைநிறுத்தப்பட்டன. |

| *14 நவம்பர் 2018:* | GSLV-MkIII-D2 உதவியுடன் GSAT-29 செயற்கைக்கோள் வெற்றிகரமாக சுற்று வட்டப்பாதையில் நிலைநிறுத்தப்பட்டது. |

| *29 நவம்பர் 2018:* | PSLV-C43 உதவியுடன் மேம்படுத்தப்பட்ட புவி கண்காணிப்பு செயற்கைக்கோள் HysIS உட்பட பிற நாடுகளின் 30 செயற்கைக் கோள்கள் சுற்றுவட்டப்பாதையில் நிலை நிறுத்தப்பட்டது. |

| *5 டிசம்பர் 2018 :* | இஸ்ரோ உருவாக்கிய செயற்கைக் கோள்களில் அதிக எடை கொண்ட செயற்கைக்கோளான GSAT-11 ஐரோப்பாவின் Ariane-5 VA-246 ஏவுகல உதவியுடன் பிரெஞ்சு கயானாவில் இருந்து வெற்றி கரமாக விண்ணில் ஏவப்பட்டது. GSAT-11 செயற்கைக்கோளின் எடை 5854 கிலோ. |

19 டிசம்பர் 2018:   GSLV-F11 உதவியுடன் GSAT-7A செயற்கைக் கோள் வெற்றிகரமாக சுற்றுவட்டப் பாதையில் நிலைநிறுத்தப்பட்டது.

24 ஜனவரி 2019:   PSLV-C44 உதவியுடன் Microsat-R மற்றும் Kalamsat-V2 செயற்கைக்கோள்கள் வெற்றிகரமாக சுற்றுவட்டப்பாதையில் நிலை நிறுத்தப்பட்டன.

6 பிப்ரவரி 2019:   Ariane-5 VA-247 உதவியுடன் பிரெஞ்சு கயானாவில் இருந்து இஸ்ரோவின் GSAT-31 வெற்றிகரமாக விண்ணில் ஏவப்பட்டது.

1 ஏப்ரல் 2019:   PSLV-C45 உதவியுடன் இந்தியாவின் EMISAT உட்பட பிற நாடுகளின் 28 செயற்கை கோள்கள் சுற்றுவட்டப்பாதையில் நிலை நிறுத்தப்பட்டன.

22 மே 2019:   PSLV-C46 உதவியுடன் RISAT-2B செயற்கைக் கோள் வெற்றிகரமாக சுற்றுவட்டப் பாதையில் நிலைநிறுத்தப்பட்டது.

22 ஜூலை 2019:   சந்திரயான் இரண்டு. GSLV-MkIII உதவியுடன் சந்திரயான் ஆய்வுக்கோள் விண்ணில் செலுத்தப்பட்டது. சுற்றுவட்டப்பாதைத் தாவல் மூலம், சந்திரனின் சுற்றுவட்டப் பாதைக்குள் வெற்றிகரமாக நுழைந்தது சந்திரயான். விக்ரம் தரையிறங்கி, நிலவில் தரையிறங்கும் முயற்சியின்போது கட்டுப் பாட்டு அறையுடனான தொடர்புகளைத் துண்டித்துக்கொண்டது.

E. N. D

means

Effort Never Dies

- APJ Abdul Kalam

இந்த நூலின் ஆக்கத்திற்கு
உறுதுணையாக இருந்த படைப்புகள்

Wings of Fire: An Autobiography of A P J Abdul Kalam
by A. P. J. Abdul Kalam and Arun Tiwari

From Fishing Hamlet to Red Planet: India's Space Journey
by Indian Space Research Organization

ISRO: A Personal History
by Gita Aravamudan and R. Aravamudan

கையருகே நிலா
மயில்சாமி அண்ணாதுரை

ஹரிஹரசுதன் தங்கவேலு

சொந்த ஊர் கோவை. வணிக மேலாண்மையில் முதுநிலை மற்றும் ஹேக்கிங் நிபுணத்துவம் பயின்றவர். தகவல் பாதுகாப்பு மற்றும் சைபர் மோசடிகளைக் கண்டறியும் நிபுணராக ஐ.டி துறையில் பணியாற்றி வருகிறார். கடந்த ஆறு ஆண்டுகளாக சமூக வலைத்தளங்கள், இணையம் மற்றும் அச்சிதழ்களில் கதைகள், மற்றும் விழிப்புணர்வுக் கட்டுரைகள் எழுதி வருகிறார். சென்னை தமிழ்ச் சங்கத்தின் 2018ம் ஆண்டுக்கான சேக்கிழார் தமிழ்விருது மாண்புமிகு ஆளுநர் உயர்திரு பன்வாரிலால் புரோஹித் அவர்களால் இவருக்கு அளிக்கப்பட்டது. 'இஸ்ரோவின் கதை' இவரது முதல் புத்தகம்.